பகலின் சிறகுகள்

சிறுகதைத் தொகுப்பு

எஸ். ராமகிருஷ்ணன்

தேசாந்திரி பதிப்பகம்

தேசாந்திரி பதிப்பக வெளியீடு: 110

பகலின் சிறகுகள்: சிறுகதைத் தொகுப்பு
எஸ். ராமகிருஷ்ணன்

இரண்டாம் பதிப்பு: ஜீலை 2023

தேசாந்திரி பதிப்பகம்,
டி-1, கங்கை அப்பார்ட்மெண்ட்,
110, 80 அடி ரோடு, சத்யா கார்டன்,
சாலிக்கிராமம், சென்னை 600 093,
தொலைபேசி: 044 23644947.
விலை: ரூ.160

Pagalin Siragukal - Short Stories
S.Ramakrishnan ©

Second Edition: July 2023, Pages: 144
Size: Demy 1x8, Paper: 18.6 kg maplitho

Published by :
Desanthiri Pathippagam
D-1, Gangai Apartments,
110, 80-Feet Road, Satya Garden, Saligramam,
Chennai - 600 093, Ph: 044 2364 4947
Email : desanthiripathippagam@gmail.com
www.desanthiri.com

ISBN: 978-93-93099-11-2
Wrapper Design: Manikandan
Book Design: Hariprasad R
Printed by: Ramani Print Solution, Chennai.

Price: Rs. 160

எஸ். ராமகிருஷ்ணன்

எஸ். ராமகிருஷ்ணன், விருதுநகர் மாவட்டம் மல்லாங்கிணறு கிராமத்தில் 1966இல் பிறந்தார். முழுநேர எழுத்தாளரான இவர் தற்போது சென்னையில் வசிக்கிறார்.

சிறுகதைத் தொகுப்புகள்: எஸ். ராமகிருஷ்ணன் கதைகள், நடந்து செல்லும் நீரூற்று, பேபாயர்பாக் கண்டறிந்த மழைக்கோவில், தனிமையின் வீட்டிற்கு நூறு ஜன்னல்கள், அவளது வீடு, பதினெட்டாம் நூற்றாண்டின் மழை, அப்போதும் கடல் பார்த்துக்கொண்டிருந்தது, நகுலன் வீட்டில் யாருமில்லை, புத்தனாவது சுலபம், வெளியில் ஒருவன், காட்டின் உருவம், தாவரங்களின் உரையாடல், வெயிலைக் கொண்டு வாருங்கள், பால்ய நதி, மழைமான், குதிரைகள் பேச மறுக்கின்றன. காந்தியோடு பேசுவேன், சைக்கிள் கமலத்தின் தங்கை, சிவப்பு மச்சம், கர்னலின் நாற்காலி, என்ன சொல்கிறாய் சுடரே, ஐந்து வருட மௌனம்.

நாவல்: உப பாண்டவம், நெடுங்குருதி, உறுபசி, யாமம், துயில், நிமித்தம், சஞ்சாரம், இடக்கை, , பதின், ஒரு சிறிய விடுமுறைக்கால காதல் கதை, மண்டியிடுங்கள் தந்தையே.

கட்டுரைத் தொகுப்புகள்: விழித்திருப்பவனின் இரவு, இலைகளை வியக்கும் மரம், என்றார் போர்ஹே, கதாவிலாசம், தேசாந்திரி, கேள்விக்குறி, துணையெழுத்து, ஆதலினால், சித்திரங்களின் விசித்திரங்கள், காற்றில் யாரோ நடக்கிறார்கள், கோடுகள் இல்லாத வரைபடம், மலைகள் சப்தமிடுவதில்லை, வாசகபர்வம், சிறிது வெளிச்சம், காண் என்றது இயற்கை, குறத்தி முடுக்கின் கனவுகள், என்றும் சுஜாதா, சாப்ளினுடன் பேசுங்கள், கூழாங்கற்கள் பாடுகின்றன, ரயிலேறிய கிராமம், பிகாசோவின் கோடுகள், இலக்கற்ற பயணி, ஆயிரம் வண்ணங்கள்.

திரைப்பட நூல்கள்: பதேர் பாஞ்சாலி — நிதர்சனத்தின் பதிவுகள், அயல் சினிமா, அரூபத்தின் நடனம், இன்னொரு பறத்தல், நான்காவது சினிமா, வெண்ணிற நினைவுகள், காட்சிகளுக்கு அப்பால், உலக சினிமா, பேசத்தெரிந்த

நிழல்கள், இருள் இனிது ஒளி இனிது, குற்றத்தின் கண்கள், பறவைக் கோணம், சாமுராய்கள் காத்திருக்கிறார்கள்.

குழந்தைகள் நூல்கள்: கால் முளைத்த கதைகள், ஏழு தலைநகரம், கிறுகிறு வானம், எலியின் பாஸ்வேர்டு, முட்டாளின் மூன்று தலைகள், அபாய வீரன், அண்டசராசரம், சாக்ரட்டீஸின் சிவப்பு நூலகம், நீலச்சக்கரம் கொண்ட மஞ்சள் பேருந்து, பறந்து திரியும் ஆடு, டான் டூனின் கேமிரா, விலங்குகள் பொய் சொல்வதில்லை, சிரிக்கும் வகுப்பறை, அக்கடா, கடலோடு சண்டையிடும் மீன்.

உலக இலக்கியப் பேருரைகள்: ஆயிரத்தொரு அரேபிய இரவுகள், ஹோமரின் இலியட், செகாவ் வாழ்கிறார், செகாவின் மீது பனி பெய்கிறது, எனதருமை டால்ஸ்டாய், காஃப்கா எழுதாத கடிதம், ஷேக்ஸ்பியரின் மெக்பத், ஹெமிங்வேயின் கடலும் கிழவனும், தஸ்தாயெவ்ஸ்கியின் குற்றமும் தண்டனையும், லியோ டால்ஸ்டாயின் அன்னா கரீனினா, பாஷோவின் ஜென் கவிதைகள்.

வரலாறு: எனது இந்தியா. மறைக்கப்பட்ட இந்தியா.

நாடகத் தொகுப்பு: அரவான், சிந்துபாத்தின் மனைவி, சூரியனைச் சுற்றும் பூமி.

நேர்காணல் தொகுப்பு: எப்போதுமிருக்கும் கதை, பேசிக்கடந்த தூரம்.

மொழிபெயர்ப்புகள்: நம்பிக்கையின் பரிமாணங்கள், ஆலீஸின் அற்புத உலகம், பயணப்படாத பாதைகள்.

தொகை நூல்: அதே இரவு அதே வரிகள் (அட்சரம் இதழ்களின் தொகுப்பு), வானெங்கும் பறவைகள்.

ஆங்கிலத்தில் வெளிவந்துள்ள நூல்கள்: Nothing but water, Whirling swirling sky.

இணையதளம்: www.sramakrishnan.com

மின்னஞ்சல்: writerramki@gmail.com

முன்னுரை

தொலைக்காட்சி செய்தி ஒன்றில் காவல்துறையைச் சேர்ந்த இரண்டு மோப்ப நாய்கள் ஓய்வு பெறுவதைக் காட்டினார்கள். அந்த நாய்களின் சேவையைப் பாராட்டி பதக்கம் அணிவித்துக் கௌரவித்தார்கள். பணியிலிருந்து ஒரு நாய் ஓய்வு பெறுகிறது என்பது விநோதமாக இருந்தது. அந்த நாயிற்கு ஓய்வூதியம் உண்டா, அது ஓய்வூதியம் வாங்க வங்கி வரிசையில் நிற்குமா என்று மனது எதையோ யோசித்தபடியே இருந்தது. அன்றாட நிகழ்வுகளுக்குள் இப்படியான விநோதங்களும் மாயங்களும் நிறைந்திருக்கின்றன. அதைக் குறைவானவர்களே கண்டு கொள்கிறார்கள். எனது சமீபத்திய சிறுகதைகளின் கவனம் இது போன்று தினசரிக்குள் மறைந்திருக்கும் விநோதங்களை நோக்கியதாகவே நீளுகிறது.

லாக்டவுன் நாட்களை இப்போது திரும்பிப் பார்க்கையில் விநோதமாகவும் நம்ப முடியாத நிஜமாகவுமிருக்கிறது. அதே நேரம் பெருந்தொற்று ஏற்படுத்திய அச்சம், தனிமை மற்றும் இழப்பிலிருந்து இன்னும் மீளமுடியவில்லை. இந்தத் தொகுப்பின் தலைப்பு கதையான பகலின் சிறகுகள் அதைப் பற்றியே பேசுகிறது. இந்தக் கதையை இரண்டு முறை எழுத முற்பட்டு மனத்துயர் காரணமாகப் பாதியில் விட்டுவிட்டேன். பின்பு ஒரு இரவில் திடீரென முழுக்கதையும் மனதில் தோன்றியது. உடனே அதை எழுத ஆரம்பித்துவிட்டேன். சிறுகதை உருவாகும் தருணம் முன்னறிய முடியாதது.

இந்தத் தொகுப்பிலும் சில குறுங்கதைகள் இருக்கின்றன. அவை மினியேச்சர் ஓவியங்கள் போன்றவை. கூழாங்கல்லிற்குத் தனி அழகு இருப்பது போலவே குறுங்கதைகளுக்கும் தனி வசீகரம் இருக்கிறது

இலக்கற்ற பயணியாக சுற்றியலைந்து திரிந்த எனக்கு இந்த லாக்டவுன் காலம் மிகவும் நெருக்கடியாக இருந்தது.

கூண்டுப்பறவையைப் போல வீட்டிற்குள் அடைந்து கிடந்தேன். அந்த நாட்களில் புதிய சிறுகதைகளை எழுதுவதின் வழியே தான் மீட்சியை அடைந்தேன்.

என்னையும் எழுத்தையும் நேசிக்கும் அன்பு மனைவி சந்திரபிரபா, பிள்ளைகள் ஹரி பிரசாத், ஆகாஷ், என்னை வழிநடத்தும் கவிஞர் தேவதச்சன். தோழர் எஸ்.ஏ. பெருமாள். இந்தத் தொகுப்பினை வெளியிடும் தேசாந்திரி பதிப்பகம் உள்ளிட்ட அனைவருக்கும் மனம் நிறைந்த நன்றியும் அன்பும்.

மிக்க அன்புடன்
எஸ். ராமகிருஷ்ணன்
டிசம்பர் 1, 2022
சென்னை.

உள்ளே...

1. மலைப்பாம்பின் கண்கள் — 09
2. காணாமல் போனவர்களின் வசிப்பிடம் — 25
3. கேள்வியின் நிழல் — 39
4. வெறும் சிரிப்பு — 50
5. விண் புத்தகம் — 52
6. பகலின் சிறகுகள் — 54
7. அஜந்தா கண்ணாடி — 69
8. சதுரத்தில் வசிப்பவன் — 82
9. கதை தானே சார் — 90
10. பொய்களின் அகராதி — 105
11. நீல விருட்சம் — 106
12. காலத்தின் குரல் — 108
13. வானில் எவருமில்லை — 111
14. மலரை யாசித்தவன் — 128
15. ஞாபகக் கல் — 130

1
மலைப்பாம்பின் கண்கள்

ராகவின் கனவில் ஒரு மலைப்பாம்பு வந்தது. அவனது முப்பதாவது வயது வரை இப்படிக் கனவில் ஒரு மலைப்பாம்பினைக் கண்டதேயில்லை. ஆனால் திருமணமாகி வந்த இந்த ஏழு மாதங்களில் பலமுறை அவனது கனவில் மலைப்பாம்பு தோன்றிவிட்டது. இதற்குக் காரணம் மிருதுளா.

அவளுக்கு மலைப்பாம்பினைப் பிடிக்கும். குளோப் ஜாமுனைப் பார்த்ததும் நாக்கை சுழற்றுவது போல அவள் மலைப்பாம்பைப் பார்த்தால் எவ்வளவு அழகாக இருக்கிறது என்று கண்கள் விரிய ஆசையுடன் ரசிப்பாள். என்ன பெண்ணிவள் என்று குழம்பியிருக்கிறான்.

அந்த மாநகரில் இருந்த உயிரியல் பூங்காவில் ஒரு கூண்டில் பனிரெண்டு அடி நீளமான மலைப்பாம்பு இருந்தது. எங்கிருந்து அதைப் பிடித்துக்கொண்டு வந்தார்கள் என்று தெரியவில்லை. அவர்கள் திருமணத்திற்குப் பிறகு ஜோடியாகப் போய் அந்த மலைப்பாம்பினைதான் முதலில் பார்த்தார்கள்.

"ராகவ், அதோட கண்ணைப் பாரேன். அதுக்குள்ளே ஏதோ ரகசியம் மினுமினுங்குது. பாடியோட டெக்சர், சுருண்டு படுத்துக்கிடக்கிற ஸ்டைல், அதோட ஸ்மால் மூவ்மெண்ட் எல்லாமே அசத்தலா இருக்கு... ஐ லைக் இட்... தூக்கி மடியில வச்சிக்கிடலாமானு இருக்கு" என்றாள் மிருதுளா.

அவனுக்கோ மலைப்பாம்பைப் பார்க்க உள்ளூர பயமாக இருந்தது. அதைக் காட்டிக் கொள்ளாமல் "போவோமா" என்று கேட்டான்.

"இப்போதானே வந்தோம்... ஏன் அவசரப்படுறே" என்றபடியே அவள் தடுப்புவேலியின் மிக அருகில் சென்று மலைப்பாம்பை ரசித்துப் பார்த்துக் கொண்டிருந்தாள்.

அப்படி என்ன பிடித்திருக்கிறது என அவனுக்குப் புரியவில்லை.

"ஸ்கூல்ல படிக்கும்போதே மலைப்பாம்பை டிராயிங் பண்ணி பிரைஸ் வாங்கியிருக்கேன். இது ஒண்ணும் பாய்சன் இல்லை, தெரியுமில்லே" என்றாள் மிருதுளா.

"ஆனாலும் பாம்புதானே" என்றான் ராகவ்.

அவள் செல்போனில் பாம்பினைப் படம்பிடித்துக் கொண்டிருந்தாள். வேடிக்கை பார்க்க வந்த ஒரு சிறுவன் கண்களை மூடிக்கொண்டு அவனது அம்மா பின்னாடி ஒளிந்து கொண்டான்.

"சும்மா பாருடா" என்று அம்மா அவனை முன்னால் இழுத்துக் கொண்டிருந்தாள்.

ராகவ் அவளைத் தனியே விட்டு வெள்ளைப் புலியைக் காணுவதற்காக உள்ளே நடந்தான். திரும்பி வந்தபோதும் அவள் அதே இடத்தில் நின்று மலைப்பாம்பினை ரசித்துக் கொண்டிருந்தாள். அவள் கையில் ஒரு ஐஸ்கிரீம் இருந்தது. அதைக் கொஞ்சம் கொஞ்சமாகச் சுவைத்தபடியே அவள் அசைவற்ற பாம்பின் உடலைக் கண்களால் வருடிக் கொண்டிருந்தாள். அதைக் காண எரிச்சலாக வந்தது.

பொதுவாக இளம்தம்பதிகள் ஜோடியாக சினிமாவிற்குத் தானே போவது வழக்கம். ஆனால் மிருதுளாவிற்கு சினிமா பார்க்க விருப்பமில்லை. அவள் தனது இருபத்தியாறு வயதிற்குள் பத்துக்கும் குறைவான படங்களைத்தான் பார்த்திருக்கிறாள்.

"சினிமா பார்க்கப் போனால் தூக்கம் வந்துவிடுகிறது" என்று சொன்னாள்.

அவனால் அப்படி ஒரு முறைகூட சினிமா தியேட்டரில் தூங்க முடிந்ததில்லை.

கல்லூரி நாட்களில் தீபாவளி பொங்கல் நாளன்று ரிலீசான மூன்று திரைப்படங்களையும் தொடர்ந்து பார்ப்பது அவனது வழக்கம். அவனது ஊரில் மூன்று

திரையரங்குகள் இருந்தன. அதில் வாரம் இரண்டுமுறை தான் படம் மாற்றுவார்கள். ஆகவே வாரத்திற்கு ஆறு படங்களைப் பார்த்துவிடுவான். பெரும்பாலும் செகண்ட் ஷோ சினிமாதான். அதுவும் நண்பர்களுடன். படம் விட்டு வீட்டுக்குப் போக முடியாது என்பதால் நண்பனின் வீட்டு மாடியில் போய் உறங்கி எழுந்து அப்படியே கல்லூரிக்குப் போய்விடுவான்.

இப்படி சினிமாவே பிடிக்காத ஒரு பெண்ணை ஏன் திருமணம் செய்துகொண்டோம் என்று அவனுக்குக் குழப்பமாக இருந்தது.

மிருதுளா பன்னாட்டு நிறுவனம் ஒன்றின் விற்பனைப் பிரிவில் பணியாற்றிவந்தாள். ஒரே பெண். அவளது அப்பா ஒரு பல் மருத்துவர். பள்ளிப் படிப்பை ஊட்டி கான்வென்டில் படித்திருக்கிறாள். கல்லூரி படிப்பு மணிப்பால் யுனிவர்சிட்டி. இரண்டு ஆண்டுகள் இத்தாலியில் வேலை செய்திருக்கிறாள். ஆகவே நாலைந்து மொழிகள் சரளமாகப் பேசவும் எழுதவும் முடியும். ஒன்றரை லட்ச ரூபாய் மாத சம்பளம் வாங்குகிறாள்.

மேட்ரிமோனியல் நிறுவனம் ஒன்றின் மூலமாகத் தான் அவள் அறிமுகம் ஆனாள். அவர்கள் இருவரும் முதன் முறையாக அமேதிஸ்ட் காபி ஷாப்பில் சந்தித்துப் பேசிய நாளில் அவளிடமிருந்து கசிந்த பெர்ப்யூம் வாசனை அவனை மயக்குவதாக இருந்தது. அன்று கறுப்பும் மஞ்சளும் கலந்த சல்வார்கமீஸ் அணிந்திருந்தாள். அவளையே பார்த்துக் கொண்டிருக்க வேண்டும் போலிருந்தது.

அவளோ மிக இயல்பாக, தனது வாடிக்கையாளர்களில் ஒருவரிடம் பேசுவது போலச் சரளமாக, பொய் சிரிப்புடன் பேசினாள். அவளாகவே ஆரஞ்சு ஐஸ் டீ ஆர்டர் செய்தாள். அதை ராகவ் குடித்ததேயில்லை.

"நீங்கள் ஒரே பையனா?" என்ற கேள்வியை மட்டும் அவள் இரண்டு முறை கேட்டாள்.

"ஆமாம். அப்பா கல்லூரி பேராசிரியர். அம்மா ஸ்கூல் டீச்சர்" என்று சொன்னான்.

"நல்லவேளை, நீங்களும் டீச்சராகவில்லை" என்று சொல்லி சிரித்தாள். இதில் சிரிப்பதற்கு என்ன இருக்கிறது என்று புரியவில்லை. ஸ்டார் ஹோட்டலில் அலங்கரித்து

வைக்கப்பட்ட அன்னாசிப்பழத்துண்டுகளைப் பார்க்கும் போது ஏற்படும் ஆசையைப் போல அவளது வசீகர அழகின் மயக்கத்தால் அவனும் சிரித்துவைத்தான்.

அவள் வேண்டுமென்றே குரலில் குழைவினை ஏற்படுத்திப் பேசுவது போலத் தோன்றியது.

"உங்கள் எடையைத் தெரிந்து கொள்ளலாமா" என்று கேட்டான்.

இப்படி எந்தப் பெண்ணும் அவனிடம் கேட்டதில்லை. சொல்லக் கூச்சமாக இருந்தது. மெதுவான குரலில் சொன்னான்.

"அறுபத்தியெட்டு."

"ஐந்து கிலோ குறைக்க வேண்டும்" என்று புன்னகையோடு சொன்னாள்.

அவள் முன்பாக இருக்கும்போது முகத்தில் மழைத்துளி விழுவது போலவே உணர்ந்தான்.

"வேறு ஏதாவது கேட்க வேண்டுமா" என்று கேட்டபடி கண்களைச் சிமிட்டினாள்.

"ரொம்ப அழகாக இருக்கிறீர்கள்" என்றான் ராகவ்.

"எனக்கே தெரியும்" என்றாள் மிருதுளா.

"நான் அதிர்ஷ்டசாலி" என்று சொல்லி லேசாகச் சிரித்தான்.

"அதை இன்னமும் நான் முடிவு செய்யவில்லை. யோசிக்க வேண்டும். நான் எதிலும் அவசரப்படுவதில்லை. நான் கொஞ்சம் வித்தியாசமானவள். என்னைப் புரிந்து கொள்வது கஷ்டம்" என்றாள் மிருதுளா.

"வித்தியாசம் என்றால் எப்படி?" என்று கேட்டான்.

அவள் சிரித்தபடியே "இப்போதே உங்களைப் பயமுறுத்த விரும்பவில்லை. ஆனால் நான் அப்படித்தான்" என்றாள்.

பேச்சின் ஊடாக அவள் தனது சிறிய உதடுகளை நாக்கால் வருடிக் கொண்டதைக் கவனித்துக் கொண்டேயிருந்தான். கவர்ச்சியான உதடுகள். மேலுதடு சற்றே சிறியது போலத் தோன்றியது.

“உங்களைவிட நான் ஒரு இன்ச் உயரம் அதிகம் என நினைக்கிறேன்” என்றாள்.

“அப்படியா” என வியப்போடு கேட்டபடியே “அது ஒன்றும் பிரச்சனையில்லை” என்றான் ராகவ்.

“எனக்குப் பிரச்சனையாக இருக்கும். நீங்கள் உயரமான காலணி அணிந்து கொள்ள வேண்டும்” என்றாள்.

“அதற்கென்ன” என்று சிரித்துவைத்தான்.

“உங்களுக்குக் காரோட்டத் தெரியுமா?” எனக்கேட்டாள்.

“இல்லை. பைக் மட்டும்தான் ஓட்டுவேன்.”

“நான் நன்றாகக் கார் ஓட்டுவேன். வேலைக்குச் சேர்ந்தவுடனே கார் வாங்கிவிட்டேன். ஆபீஸிற்குக் காரில் தான் போகிறேன். ஐ லவ் டிரைவிங்” என்றாள்.

“அதுவும் நல்லதுதான் வெளியே எங்காவது போக ஓலா புக் பண்ண வேண்டிய அவசியமில்லை” என்றான்.

அதை அவள் ரசிக்கவில்லை. நிதானமாகத் தனது கலைந்த கூந்தலைக் கோதிவிட்டபடியே அவள் தேநீரோடு இருந்த ஆரஞ்சு துண்டினைச் சுவைத்தாள்.

“என்ன கார் வைத்திருக்கிறேன் என்று கேட்க தோணவேயில்லையா” என்று கேட்டாள்.

“சாரி... எனக்குக் காரைப் பற்றி ஒன்றுமே தெரியாது.”

“ரோட்டில் கண்ணை மூடிக் கொண்டுதான் போவீர்களா” என்று சீண்டும் குரலில் கேட்டாள்.

“ஹெல்மெட் போட்டிருப்பதால் எதையும் கவனிக்க மாட்டேன்” என்றான்.

அவள் சக்கரைத் துண்டில் ஒன்றைத் தனியே எடுத்து வாயிலிட்டு ருசித்தபடியே மௌனமாக அவனைப் பார்த்துக் கொண்டிருந்தாள். அந்தப் பார்வை அவனுக்குள் எதையோ தேடுவது போல உணர்ந்தான். என்ன பார்க்கிறாள். அவனால் அந்த ஊடுருவலைத் தாங்க முடியவில்லை. அவள் புன்சிரிப்புடன் சொன்னாள்:

“நாம் இன்னொரு முறை சந்திப்போம்.”

அவள் போனபிறகும் அந்த நறுமணம் அவளது இடத்தைச் சுற்றிலும் நிரம்பியிருந்தது. அவளைப் போலவே ஒரு சக்கரைத்துண்டினை ராகவும் எடுத்து வாயில் போட்டுக் கொண்டான்.

அதன்பிறகு மூன்று முறை தனியே சந்தித்துப் பேசினார்கள். பிறகுதான் இருவர் வீட்டிலும் பேசித் திருமணம் முடிவானது. வழக்கமாகத் திருமண மண்டபங்களில் நடக்கும் திருமணம் போலின்றிக் கடற்கரை சாலையிலுள்ள ரெசார்ட் ஒன்றில் ஆடம்பரமாக அவர்களின் திருமணம் நடைபெற்றது. மிருதுளாவின் அப்பா நிறையச் செலவு செய்திருந்தார். ஹனிமூனிற்காக ஹவாய் தீவிற்குப் போனார்கள். விதவிதமான உணவு வகைகளை, மீன்களை அவள் விரும்பி சாப்பிட்டாள். ராகவிற்குச் சோறு கிடைக்காதா என்று ஏக்கமாக இருந்தது.

படுக்கையில் அவனை முத்தமிடும்போதுகூட மிருதுளா நிதானமாக அவனது உதட்டில் தனது உதட்டினைப் பதித்தாள். அழுத்தமான முத்தம். கட்டிக் கொள்வதும் மெதுவாகவும் நீண்டதாகவும் இருந்தது. வெயில்காலத்தில் ஐஸ்கிரீம் சாப்பிடுவது போல அவசரமாகவும் குளிர்ச்சி தருவதுமாகவும் இருந்தது அவர்களின் உடற்கூடல்.

சென்னை திரும்பிய பிறகு அவர்கள் தற்காலிகமாக மிருதுளா தங்கியிருந்த அபார்ட்மெண்டிலே சில நாட்கள் ஒன்றாக வசித்தார்கள். புதுவீடு ஒன்றை வாடகைக்குப் பிடிக்க வேண்டும் என்பதில் மிருதுளா தீவிரமாக இருந்தாள்.

புதிதாகக் கட்டப்பட்ட முப்பத்திநான்கு அடுக்குகள் கொண்ட குடியிருப்பு ஒன்றில் முப்பத்திநான்காவது மாடியில் ஒரு வீட்டினை வாடகைக்குப் பிடித்தாள்.

“முதற்தளமாக இருந்தால் நன்றாக இருக்குமே” என்றான் ராகவ்.

“இருப்பதிலே மிக உயரமான இடத்தில் குடியிருக்க வேண்டும். இந்த நகரம் என் காலடிக்குக் கீழே இருப்பதைக் காணுவது சந்தோஷமாக இருக்கிறது” என்றாள்.

அவ்வளவு உயரத்தில் குடியிருப்பது அவனுக்குச் சௌகரியமாகவே இல்லை. ஒருவேளை லிப்ட் இயங்கா விட்டால் என்ன செய்வது? கண்ணாடி தடுப்பில் விரிசல் ஏற்பட்டுவிட்டால் என்ன ஆகும். காலை வெயில் ஏன்

இவ்வளவு பிரகாசமாக இருக்கிறது என்று மனதில் ஏதேதோ குழப்பங்கள், பயம் உருவாகிக் கொண்டேயிருந்தது.

அவளோ அன்றாடம் காலையில் கையில் காபியுடன் பால்கனியில் போய் நின்றுகொண்டு விரிந்து கிடக்கும் நகரையும் காலை வெளிச்சத்தையும் ரசித்துக் கொண்டிருப்பாள். காற்று மிக வேகமாக அடிக்கும். அதில் அவளது கூந்தல் அலையாகப் பாயும். அவனுக்கு அந்தப் பால்கனிக்குப் போய் நிற்பது பிடிக்கவே பிடிக்காது.

மிருதுளா நன்றாகச் சமையல் செய்வாள். ஆனால் விரும்பினால் மட்டுமே சமைப்பாள். மற்ற நேரங்களில் ஹோட்டலில் இருந்துதான் உணவு வரவழைக்கப்படும். அவள் ஒரு நாளும் அலுவலகத்திற்குத் தாமதமாகப் போனது கிடையாது. ஓய்வெடுப்பதே அவளுக்குப் பழக்கமில்லை. வீட்டிலிருந்தாலும் அங்குமிங்குமாக நடந்து கொண்டேயிருப்பாள். அவனுக்கோ அலுவலகம் விட்டு வந்தவுடன் சோபாவில் படுத்துக் கொள்ள வேண்டும். ஞாயிறு என்றால் மதியம்வரை தூங்க வேண்டும். அவள் அப்படியில்லை. எல்லா நாளும் அதிகாலையில் எழுந்து உடற்பயிற்சிகளில் ஈடுபடத் துவங்கிவிடுவாள். அழகிலும் ஆரோக்கியத்திலும் அவளுக்குக் கூடுதல் அக்கறை இருந்தது.

இரண்டு பேரும் ஒன்றாகக் காரில் கிளம்பிப் போவார்கள். மின்சார ரயில் நிலையத்தில் அவனை விட்டுவிட்டு அவள் தனது காரில் அலுவலகம் செல்லுவாள். ஒருமுறை கூட அவனது அலுவலகம் வரை காரில் கொண்டுவந்து விட்டதில்லை. பெரும்பாலும் அவளது வேலை முடிந்து திரும்பி வர இரவு ஒன்பது மணியாகிவிடும். அவன் ஆறுமணிக்கெல்லாம் வீடு திரும்பி விடுவான்.

அவள் வரும்வரை டிவி பார்த்துக் கொண்டிருப்பான். சில நாட்கள் அவனாக ஏதாவது சமைப்பதுண்டு. திருமண வாழ்க்கை பற்றி அவனுக்குள் இருந்த கனவுகள் யாவும் சில வாரங்களில் வடிந்து போனது. அவசரமாகப் படித்துமுடித்த புத்தகம் போலவே வாழ்க்கையை உணர்ந்தான்.

அவனுக்கு டாய்லெட்டைப் பயன்படுத்தத் தெரியவில்லை என்று ஒரு நாள் மிருதுளா சண்டைபோட்டாள். இன்னொரு நாள் பிரிஜ்ஜில் அவள் வைத்திருந்த சீன உணவு வாடை அடிக்கிறது என்று அவளிடம் கோபம் கொண்டு கத்தினான்.

பகலின் சிறகுகள் ф 15

சிறுசிறு சண்டைகளைத் தாண்டி அவள் அடிக்கடி அவனுக்குச் சர்ப்ரைஸ் கிப்ட் என ஏதாவது பரிசுப் பொருட்களை வாங்கித் தந்தபடியே இருந்தாள். அவனும் வாரம் தவறாமல் அவளை ஷாப்பிங் அழைத்துக் கொண்டு போனான். அவனுக்குப் பிடிக்காத உணவகத்தில் அவளுக்காகச் சாப்பிட்டான். ஒவ்வொரு செயலிலும் அவளது நிதானம் வியப்பூட்டுவதாக இருந்தது.

ஆன்லைனில் அவள் விநோதமான பொருட்களை வாங்குவது வழக்கம். ஒருநாள் நீலவெளிச்சம் பாய்ச்சும் சுவரில் பொருத்தக்கூடிய விளக்குகளை வாங்கிப் படுக்கை அறையில் மாட்டினாள். சுழலும் நீலவெளிச்சம் அறையில் நிரம்பி அறை ஒரு நீலவெளிச்சக்குளம் போல மாறியது. அதற்குள் அவள் நடமாடுவதைக் காணும்போது ஏதோ கனவில் நடப்பது போலவே இருந்தது.

இன்னொரு நாள் அவன் அலுவலக வேலையில் பரபரப்பாக இருந்தபோது வீடியோ ஒன்றை அனுப்பி வைத்து 'உடனே பார்' என்று குறுஞ்செய்தி அனுப்பினாள். உடனே அதை ஓடவிட்டுப் பார்த்தான்.

குரங்குக்குட்டி ஒன்றை ஒரு மலைப்பாம்பு விழுங்கும் வீடியோ. அதைக் காண சகிக்கவில்லை.

அவளுக்குப் போன் செய்து 'ஏன் அதை அனுப்பி வைத்தாய்' என்று கோபமாகக் கேட்டான்.

"அந்த மலைப்பாம்பு குரங்கை விழுங்கிட்டு எவ்வளவு சைலண்டா திரும்பிப் பார்க்குது பாத்தியா... சம் திங் ஸ்ட்ரேஞ்ச்."

"அந்தக் குரங்குக்குட்டி பாவமில்லையா!"

"என்ன பாவம்? பாம்பு அது பசிக்கு சாப்பிடுது... இதுல என்ன தப்பு."

"இந்த மாதிரி வீடியோ எல்லாம் இனிமே அனுப்பாதே. இதை எல்லாம் நான் எதுக்காகப் பாக்கணும் சொல்லு."

"நான் இந்த வீடியோவை இன்னைக்கு முப்பது தடவை பாத்தேன். ஐ லைக் இட். நீ என்னோட பெட்டர் ஹாப் அதான் உனக்கு அனுப்பி வச்சேன்."

"ஸ்டுபிட்" என்று போனைத் துண்டித்தான்.

அதன் இரண்டு நாட்களுக்கு அவர்களுக்குள் பேச்சில்லை. அவனது கோபத்தை அவள் பொருட்படுத்துவதேயில்லை. அந்தப் புறக்கணிப்பு அவனை மேலும் ஆத்திரம் கொள்ள வைத்தது.

அந்த ஞாயிறு அன்று அவனுக்குப் பிடித்தமான உணவு வகைகளை நிறையச் செய்திருந்தாள். வேண்டுமென்றே பட்டுப் புடவை கட்டிக் கொண்டாள். நிறைய முத்தங்களைத் தந்தாள். அவள்மீதான கோபம் கரைந்து போனது.

இது நடந்த சில தினங்களுக்குப் பின்பு மிருதுளா அலுவலகம் கிளம்பும்போது அவனிடம் சொன்னாள்

"எனக்கு ஒரு பேக்கேஜ் வரும்... அதை வாங்கிவச்சிடு... பிரிக்க வேண்டாம்... நான் வந்து பிரிச்சிக்கிடுவேன்"

"என்ன பேக்கேஜ்" என்று கேட்டான்?

"சர்ப்ரைஸ்" என்று சிரித்தாள்.

அவள் சொன்னது போலவே ஒரு பெரிய பாக்ஸ் ஒன்றை ஒரு ஆள் கொண்டுவந்திருந்தான். எங்கேயிருந்து வந்திருக்கிறது என்று பார்த்தான். தைவானில் இருந்து அனுப்பி வைக்கப்பட்டிருந்தது.

என்ன ஆர்டர் பண்ணியிருக்கிறாள் என்று பார்க்க ஆவலாக இருந்தது. ஒருவேளை அவள் கோவித்துக் கொள்ளக் கூடும் என்பதால் அதைப் பிரிக்காமலே வைத்திருந்தான்.

வழக்கத்திற்கு மாறாக அன்று வீட்டுக்கு வருவதற்கு முன்பாக மிருதுளா போன்செய்து "பேக்கேஜ் வந்துவிட்டதா "என்று கேட்டாள்.

"மதியமே டெலிவரி செய்துவிட்டார்கள்" என்றான்.

"மெக்டொனால்ட்ஸில் உனக்கு ஏதாவது வாங்கி வரவா" என்று கேட்டாள்.

இன்று சமைக்கப்போவதில்லை என்பதை உணர்ந்து கொண்டவனாகச் சொன்னான்.

"நீயே பாத்து வாங்கிடு."

"உனக்கு என்ன ஸ்வீட் பிடிக்கும்" என்று கேட்டாள்.

“ஸ்வீட் சாப்பிடுறதை விட்டுட்டேன்” என்று உணர்ச்சி யற்றுச் சொன்னான்.

“இன்னைக்குச் சாப்பிடுறோம்” என்றபடியே அவள் போனைத் துண்டித்தாள்.

மிருதுளா வீடு திரும்பும்போது அவள் கையில் இரண்டு பைகள் இருந்தன. ஒன்றில் உணவு. மற்றொன்றில் நிறைய இனிப்பு வகைகள். ஒருவேளை இன்றுதான் அவளது பிறந்த நாளா. அவள் பிறந்த நாள் மே எட்டு என்று சொன்னதாக நினைவு. இன்றைக்கு என்ன விசேஷம் என்று அவனால் கண்டறிய முடியவில்லை.

அவள் கவனமாக அந்தப் பேக்கேஜைப் பிரித்தாள். உள்ளே ஆறாக மடிக்கப்பட்ட மலைப்பாம்பு இருந்தது. நிஜம்போலத் தோற்றமளிக்கும் ரப்பர் தயாரிப்பு. அவள் ஆசையோடு அதைத் தடவிக் கொடுத்தாள்.

“தொட்டுப்பாரேன். எவ்வளவு சாப்டா இருக்கு.”

“இது எதுக்கு மிருதுளா” என்று கேட்டான்.

“இதோட கூடவே ஒரு ஹேண்ட்பம்ப் குடுத்துருக்காங்க. நாமதான் காற்று அடைச்சிக்கிடணும்... கொஞ்சம் ஹெல்ப் பண்ணு” என்றாள்.

அந்த ஹேண்ட் பம்ப்பை எடுத்து ரப்பர் மலைப்பாம்பின் உடலில் இருந்த ஒரு துளையினைத் திறந்து காற்றடித்தான். மெல்ல காற்று நிரம்பி மலைப்பாம்பின் உடல் பெரியதாக ஆரம்பித்தது. பத்தடிக்கும் அதிகமான நீளத்தில் அந்த மலைப்பாம்பு மெதுக்மெதுக்கென்ற உடலுடன் உருவெடுத்தது. அவள் அதை அப்படியே தனது தோளில் போட்டுக் கொண்டு சிரித்தாள்.

“கிட்டவா... சேர்ந்து போட்டுக்கிடுவோம்” என்றாள்.

அவனுக்கு விருப்பமில்லை என்றாலும் அவள் அருகில் போய் நின்றான். அவள் அந்தக் காற்றடைக்கப்பட்ட மலைப் பாம்பினை அவன் தோள் மீதும் போட்டாள்.

“எப்படியிருக்கு... சில்கி டச் பீல் பண்ண முடியுதா” என்று கேட்டாள்.

“நெளுக் நெளுக்குனு என்னமோ மாதிரி இருக்கு” எனப் பாம்பை உதற முற்பட்டான்.

“ஆன்லைன்ல தேடி தைவான்ல இருந்து வரவழைச்சேன். 300 டாலர்” என்றாள்.

“வேஸ்ட் ஆப் மணி. இது எதுக்கு மிரு... எனக்குப் பிடிக்கலை” என்றான் ராகவ்.

“என்னோட பணம். நான் எப்படியும் செலவு செய்வேன். உனக்கு எதுதான் பிடிக்குது” என்றபடியே அவள் அந்த ரப்பர் மலைப்பாம்பினை அணைத்தபடியே சோபாவில் போய் உட்கார்ந்து கொண்டாள். அந்தக் கோலத்தில் அவளைக் காண அவனுக்குச் சற்று பயமாகவே இருந்தது. அவள் பாம்பின் தலையைத் தடவிவிட்டபடியே அதைத் தன் முகத்தோடு வைத்து விளையாடிக் கொண்டிருந்தாள். பாம்பின் வால் சோபாவிற்கு வெளியே தொங்கிக் கொண்டிருந்தது.

“ராகவ்... இன்னைக்கு நான் ரொம்பச் சந்தோஷமா இருக்கேன். நாம அதைச் செலிபரேட் பண்ணுவோம்.”

“இதுல செலிபரேட் பண்ண என்ன இருக்கு.”

“உனக்குச் சொன்னா புரியாது. நான் கல்யாணத்துக்கு முன்னாடியே சொன்னேன் ஐ ஆம் டிபரெண்ட்னு... நீ தான் தலையாட்டுனே.”

“அதுக்காக இப்படியா... யாராவது வீட்ல இப்படி மலைப்பாம்பு வச்சிருப்பாங்களா?”

“இது நிஜமில்லை. பொம்மை.”

“உனக்கு எதுக்குப் பொம்மை.”

“நீ எதுக்காக மீன் தொட்டி வச்சிருக்கே... உனக்கு மீனைப் பார்க்கப் பிடிக்குது... அதை நான் ஏதாவது கேட்டனா?”

“அதுவும் இதுவும் ஒண்ணா?”

“ஒண்ணுதான்... லுக் ராகவ். நாம சேர்ந்து வாழும் போது உனக்குப் பிடிச்சாலும் பிடிக்காட்டியும் எனக்காகச் சில விஷயங்களை ஏத்துக்கிடத்தான் வேணும்.”

“அப்படி ஒண்ணும் கட்டாயம் இல்லை.”

“நோ பிராப்ளம்... உன்கிட்ட பெர்மிசன் கேட்க வேண்டிய அவசியம் எனக்கில்லை” என்று சிரித்தபடியே அவள் டிவி ரிமோட்டினை ஆன் செய்து இத்தாலிய சேனல் ஒன்றைப் பார்க்கத் துவங்கினாள். அவளுக்குக் கோபம் வந்தால்

இப்படித்தான் உடனே வேறு மொழியில் பேச ஆரம்பித்து விடுவாள். வேற்றுமொழி நிகழ்ச்சிகளைப் பார்க்கத் துவங்கிவிடுவாள்.

ராகவ் தன் அறைக்குள் போய்க் கதவைத் தாழிட்டுக் கொண்டான். அவனது கோபம் வடிய நிறைய நேரமானது. ஒருவேளை படுக்கை அறைக்கே அந்த ரப்பர் மலைப்பாம்பைக் கொண்டுவந்து விடுவாளோ என்று தோன்றியது. நல்லவேளை, அவள் அதை சோபாவில் விட்டுவிட்டு எதுவும் நடக்காதவள் போலத் தனியே சாப்பிட்டுவிட்டு வந்து படுத்துக் கொண்டாள்.

மறுநாள் காலை அவள் குளிக்கப் போகும்போது அந்த மலைப்பாம்பும் கூடவே குளியல் அறைக்குள் போனது. அதையும் ஷவரில் நனையவிட்டாள். சோப்பு நுரைகள் பூசி விளையாடினாள். ஈரமான மலைப்பாம்பினை பால்கனியில் கொண்டு வந்து உலரப் போட்டாள்.

ஆத்திரத்தை அடக்கிக் கொண்டு அவன் அலுவலகம் கிளம்பினான்.

காரில் போகும்போது மிருதுளா சொன்னாள்:

"நீ ஓவர் ரியாக்ட் பண்ணுறே... அது ஒரு டாய்... நீ வீடியோ கேம் ஆடுறதில்லையா அது மாதிரிதான்... அதைப் புரிஞ்சிக்கோ."

அவன் பதில் சொல்லவில்லை. வேண்டுமென்றே அன்று அவனது அலுவலகம் வரை அவளே காரில் கொண்டுவந்து விட்டுப்போனாள். அன்று மாலை வீடு திரும்பியபோது பணிப்பெண் உலர்ந்த மலைப்பாம்பினை ஹாலின் நடுவே வைத்துப் போயிருந்தாள். அது எரிச்சலை அதிகப்படுத்தியது.

அதன் அருகில் அமர்ந்து அதை லேசாகத் தொட்டுப் பார்த்தான். நிஜ பாம்பின் உடலைப் போலவே இருந்தது. ஆனால் அசையாத கண்கள். தலையினை அழுத்தினால் பிளாஸ்டிக் நாக்கு வெளியே வந்து துடித்தது. அந்தப் பாம்பினை அவளைப் போலவே தோளில் போட்டுக் கொண்டு கண்ணாடி முன்பு போய் நின்றான். அவனது உருவம் விசித்திரமாகத் தோன்றியது. இதைப் போய் எதற்காக இவ்வளவு பணம் செலவு செய்து வாங்கியிருக்கிறாள்.

ஊரிலிருந்து யாராவது வந்தால் என்ன நினைப்பார்கள். அப்படி இந்த மலைப்பாம்பில் என்னதான் இருக்கிறது.

அந்த மலைப்பாம்பில் இருந்த காற்றைப் பிடுங்கி அதை வெறும் கூடாக மாற்றினான். பின்பு அதை மடித்துச் சமையல் அறை மூலையில் கொண்டு போய்ப் போட்டான். அன்று மிருதுளா வருவதற்கு இரவு ஒன்பதரை மணியாகியது. ஹாலிற்குள் நுழைந்தவுடன் மலைப்பாம்பினைதான் தேடினாள். அதைக் காணவில்லை என்றவுடன் அவள் சப்தமாகக் கேட்டாள்:

“மலைப்பாம்பை என்ன செய்தே?”

“கிச்சன்ல கிடக்கு.”

“காற்றைப் பிடுங்கியிருப்பியே...” என்றபடியே கிச்சனை நோக்கி நடந்தாள்.

“ஆமாம். அதைப் பார்க்க அருவருப்பா இருக்கு.”

“அது உன்னோட பிரச்சனை. நீ இப்படிச் செய்வேன்னு எனக்கு நல்லா தெரியும். நீ ஒரு பெர்வர்ட்.”

“இதுல பெர்வர்ஷனுக்கு என்ன இருக்கு... யார் வீட்லயாவது இப்படி மலைப்பாம்பு வச்சிருக்காங்களா?”

“யார் வச்சிருந்தாலும் வைக்காட்டியும் எனக்குப் பிரச்சனையில்லை. நான் மத்தவங்க மாதிரி கிடையாது.”

“இது உன்னோட வீம்பு.”

“ஆமா, நான் அப்படித்தான்” என்றபடியே அவள் வேண்டுமென்றே மலைப்பாம்பினை ஹேண்ட்பம்ப் கொண்டு நிறையக் காற்று அடித்துப் பெரியதாக்கினாள். வழக்கமான அதன் சைஸை விடவும் மிகப்பெரியதாகியது.

அதை ஆசையோடு அணைத்துக் கொண்டு அவள் படுக்கை அறைக்கே சென்றாள். பலமாக இசையை ஒலிக்கவிடும் சப்தம் கேட்டது. ஒருவேளை மலைப்பாம்புடன் ஆடுகிறாளா.

அன்றிரவு ராகவ் சோபாவில் உறங்கினான். காலையில் அவள் அலுவலகம் கிளம்பும்போது வேண்டும் என்றே தன்னோடு அந்த மலைப்பாம்பினை லிப்ட்டில் கொண்டு

சென்றாள். லிப்ட்டில் வந்த கிழவர் அவளிடம் "ரப்பர் பொம்மையா, எங்கே விற்கிறது" என்று கேட்டார்.

"தைவான்" என்று சொல்லி சிரித்தாள்.

"நான் அஸ்ஸாம் காட்டிலே மலைப்பாம்பை நேர்ல பாத்துருக்கேன்" என்று சிரித்தார் கிழவர்.

அவள் தன் காரின் பின்சீட்டில் அந்த மலைப்பாம்பினைப் போட்டுக் கொண்டாள். அன்று அவனைத் தனது காரில் அழைத்துக் கொண்டு போகவில்லை. அவனாகப் பைக்கில் அலுவலகம் சென்றான். அலுவலகத்தில் வேலை செய்யவே பிடிக்கவில்லை. பகலில் அவளிடமிருந்து போன் எதுவும் வரவில்லை. ஊரிலிருந்து அம்மா போன் செய்தபோது நடந்தவற்றைச் சொன்னான். அம்மா நம்பமுடியாதவள் போலக் கேட்டாள்.

"ரப்பர் பாம்பா... அதை எதுக்குடா வாங்கினா?"

"யாருக்கு தெரியும். அவ ஒரு டைப்மா."

"நல்லவேளை உசிரோட பாம்பை வாங்காம போனாள்" என்று அம்மா அதிர்ச்சியுடன் சொன்னாள்.

"அதையும் செய்வாள். எனக்கு என்ன பண்ணுறதுனு தெரியலை."

அம்மா கோபத்தில் திட்டுவது கேட்டது. அன்றிரவு அம்மாவே மிருதுளா வீட்டில் பேசியிருக்க வேண்டும். மறுநாள் காலை மிருதுளாவிற்கு அவளது அம்மா போன் செய்து விசாரித்தாள்.

"நமக்குள்ளே நடக்கிறதை எல்லாம் ஏன் வெளியே சொல்றே?"

"எங்க அம்மா கிட்டதானே சொன்னேன்."

"நீ என்ன ஸ்கூல் பையனா அம்மாகிட்ட சொல்றதுக்கு. உன் மனசில என்ன நினைச்சிட்டு இருக்கே.நான் என்ன லூசா."

"ஆமா"

"நீ எதிர்பாக்குற மாதிரி என்னாலே இருக்கமுடியாது ராகவ்."

"அதை எப்பவோ நல்லா புரிஞ்சிக்கிட்டேன்."

"அப்போ கண்ணையும் காதையும் மூடிக்கிட்டு இரு. இன்னொரு தடவை இப்படி எங்க வீட்ல கம்ப்ளெயிண்ட் பண்ணினே... நான் என்ன பண்ணுவேன்னு எனக்கே தெரியாது."

"உனக்கு என்கூட இருக்கப் பிடிக்கலைன்னா போயிடு. என்னை ஏன் சித்ரவதை பண்ணுறே."

"நான் ஏன் போகணும்... நான் இங்கேதான் இருப்பேன்."

"அப்போ நான் போறேன்."

"அது உன் இஷ்டம்" என்றபடியே மலைப்பாம்பைத் தூக்கிக் கொண்டு பால்கனிக்கு நடந்தாள். பால்கனி தடுப்பு சுவர்மீது சாய்ந்துகொண்டு பாம்பைகையில் பிடித்தபடியே காற்றில் அலையவிட்டாள். அவள் மீதான கோபத்தைக் காட்டுவதற்காக அதிகாலையிலே அலுவலகம் கிளம்பிப் போனான்.

அன்றிரவு மிகத் தாமதமாகவே வீடு திரும்பினான். வீட்டில் அவளைக் காணவில்லை. எங்கே போயிருக்கிறாள் என்று தெரிந்துகொள்ள ஆர்வம் காட்டவில்லை. அடுத்த நாளும் அவள் வீடு திரும்பவில்லை என்பதால் அவளது அப்பாவிற்குப் போன் செய்தான். அவரும் போனை எடுக்கவில்லை. மூன்று நாட்களுக்குப் பிறகு மதியம் அவனுக்கு மிருதுளா போன் செய்தாள்.

"நான் முடிவு பண்ணிட்டேன். ராகவ்... ஐ ஆம் லீவிங்."

"அது உன் இஷ்டம்."

"வீட்டுக்காக நான் இதுவரைக்கும் ரெண்டு லட்சம் மேல செலவு பண்ணியிருக்கேன். நீ அதைத் திருப்பிக் குடுக்கணும்... அந்த வீடு நான் அட்வான்ஸ் குடுத்துப் பிடிச்சது. அதனாலே அதைக் காலி பண்ணுறேன்னு சொல்லிட்டேன். நீ வேற வீடு பாத்துக்கோ... நம்ம கல்யாணம் ஒரு பேட் ட்ரீம். அவ்வளவுதான் சொல்லமுடியும்" எனப் போனைத் துண்டித்துவிட்டாள். இந்தக் கோபம் வடிந்து அவள் திரும்பி வந்துவிடுவாள் என்றுதான் அவன் நினைத்துக் கொண்டிருந்தான். ஆனால் அவள் இவ்வளவு பிடிவாதமாக நடந்து கொண்டதை அவனால் தாங்கிக் கொள்ள

முடியவில்லை. அவளுக்கு மறுபடி போன் செய்து திட்ட வேண்டும் போலிருந்தது. மறுபடி அழைத்தபோது அவள் போனை எடுக்கவில்லை.

அன்றிரவு அவன் தன் வீட்டிற்குத் திரும்பி வரும் போது அவள் தனது உடைகள், பொருட்களைக் காலி செய்து எடுத்துப் போயிருப்பது தெரியவந்தது. ஆனால் அவள் அந்த ரப்பர் மலைப்பாம்பை எடுத்துக் கொண்டு போகவில்லை. அது ஹாலின் நடுவே தனியே கிடந்தது.

ஏன் அதை விட்டுப்போனாள். இதனால்தானே இவ்வளவு பிரச்சனையும். உண்மையில் அவள் என்ன தான் தேடுகிறாள். ஏன் அவள் விருப்பங்கள் இத்தனை விசித்திரமாக இருக்கின்றன.

அவன் ரப்பர் பாம்பினைக் காலால் எத்தினான். அப்படியும் ஆத்திரம் அடங்கவில்லை.

முரட்டுத்தனமாக ஆத்திரம் தீருமளவு அந்த மலைப் பாம்பினை ராகவ் மிதித்தான். பின்பு அதன் காற்றைப் பிடுங்கிவிட்டு பால்கனிக்கு எடுத்துச் சென்று வெளியே வீசி எறிந்தான்.

காற்றில் அந்தப் பாம்பு பறந்து போவது பார்க்க அழகாகவே இருந்தது.

௦

2
காணாமல் போனவர்களின் வசிப்பிடம்

18,91ஆம் ஆண்டு நடைபெற்ற பில்வமங்கன் கொலை வழக்கு எனப்படும் மோகன்பூர் ஜமீன்தார் கொலைவழக்கினை விசாரணை செய்வதற்காக நியமிக்கப்பட்டிருந்த போலீஸ் சூபரின்டென்ட்டெண்ட் யதோத்தகாரி எழுதிய டயரிக் குறிப்புகள் அவரது மறைவிற்கு நூறு ஆண்டுகளுக்குப் பின்பு அவரது குடும்பத்தினரால் கண்டறியப்பட்டு நூலாக்கம் பெறுவதற்காக நவயுகம் பதிப்பகத்திற்கு அனுப்பி வைக்கப்பட்டிருந்தது.

இந்த வழக்கின் விசித்திரம், கொலையாளியாகச் சந்தேகிக்கப்படும் பில்வமங்கனின் மனைவி வருணா கொலை நடந்த இரவு காணாமல் போய்விட்டார். இக் கொலைவழக்கினை விசாரிக்க நியமிக்கப்பட்ட போலீஸ் சூபரின்டென்ட்டெண்ட் ஜே.ஆர்.எட்வர்ட் விசாரணையின் போது காணாமல் போயிருக்கிறார்.

இது போலவே பில்வமங்கனின் பணிப்பெண், பத்திரிகையாளர் இந்திரநாத், படகோட்டி நாதிம், இப்படி வழக்கோடு தொடர்புடைய ஏழு பேர் காணாமல் போயிருக்கிறார்கள். எவரையும் பற்றி இன்றுவரை ஒரு தகவலையும் தெரிந்துகொள்ள முடியவில்லை.

வேறுவேறு காலங்களில் காணாமல்போன இவர்களுக்குள் அதிசயத்தக்க சில ஒற்றுமைகளைக் காண முடிகிறது. அதிலும் வருணாவிற்கும் யதோத்தகாரியின் மனைவி ஸ்ரீமதிக்கும் ஒன்று போலவே இடது புருவத்தின் மீது மச்சம் இருந்தது என்பதோ, அவர்கள் ஒரே கனவைப் பிறர் அறியாமல் கண்டுவந்தார்கள் என்பதோ புரிந்து கொள்ள முடியாதது.

இந்த வழக்கினை விசாரிக்கச் சென்ற யதோத்தகாரி சுழலுக்குள் சிக்கி கரைந்து போனவன் போல முடிவற்ற தேடலில் தொலைந்து போனான். வீடு திரும்பாத அவனுக்காகக் காத்திருந்த ஸ்ரீமதி ஒரு பிற்பகலில் கோச் வண்டியில் எங்கோ புறப்பட்டுச் சென்றாள். எங்கே சென்றாள் என்று தெரியவில்லை. அவளும் உலகின் கண்ணிலிருந்து மறைந்து போனாள்.

மகளையும் மருமகனையும் பற்றி ஒரு தகவலும் இல்லை. இரண்டு ஆண்டுகளுக்குப் பிறகு ஸ்ரீமதியின் தந்தை சடகோபன் வங்காளத்திற்குப் பயணம் செய்து மோகன்பூருக்குச் சென்றபோது அவருக்குக் கிடைத்தவை நம்பமுடியாத கதைகள் மட்டுமே.

யதோத்தகாரி வீட்டில் கிடைத்த டயரிகள், புத்தகங்கள் மற்றும் வீட்டு உபயோகப் பொருட்களை மாட்டுவண்டியில் ஏற்றி காஞ்சிபுரம் கொண்டுவந்தார் சடகோபன்.

தொடர்பே இல்லாத அவருக்குள்ளும் பில்வமங்கன் கொலை வழக்கின் ஒரு துளி உறைந்து போனது. தன் வாழ்நாள் முழுவதும் அவரும் அந்தக் கொலைவழக்கின் மர்மத்தைப் பற்றியே நினைத்துக் கொண்டேயிருந்தார்.

தன் அறியாப்பெண் ஏன் இந்த மாயவலையினுள் மாட்டிக் கொண்டாள் என்று அவர் வருந்தினார்.

ஒரு கொலைக்குப் பின்பு எளிய பொருட்கள்கூட மர்மம் கொண்டுவிடுகின்றன. மனிதர்கள் சந்தேகத்தின் நிழலாக மாறிவிடுகிறார்கள். எல்லா நிகழ்வுகளுக்குப் பின்னும் ரகசியம் ஒளிந்திருப்பதாகச் சந்தேகம் உருவாகிறது. வீசி எறிந்த பொருட்கள், மறைத்துவைக்கப்பட்ட கடிதங்கள் என எல்லாமும் விசித்திர தோற்றம் கொள்ள ஆரம்பித்துவிடுகின்றன. ஒரு கொலை அந்த வீட்டின் இயல்பை முற்றிலும் நிறம் மாற்றிவிடுகிறது.

செய்திகளின் வழியே கொலை பிறரது பொது நினைவாக மாறிவிடுகிறது. உலகம் பில்வமங்கனை மறந்த போதும் யாரோ சிலர் அந்தக் கொலையை நினைவு கொண்டபடியேதான் இருப்பார்கள்.

தீர்க்கப்படாத வழக்குகளில் ஒன்றாக மோகன்பூர் வழக்கு இன்றைக்கும் சுட்டிக்காட்டப்படுகிறது. யார் கொன்றார்கள்

என்ற உண்மை கடலில் விழுந்த மழைத்துளியைப் போல அடையாளமற்றுப் போய்விட்டது. இனி தனித் துளியைக் கடலில் இருந்து கண்டுபிடித்துவிடவே முடியாது.

பில்வமங்கன் கொலை வழக்கு குறித்த தேடுதலில் ஈடுபட்டவர்கள் ஏன் காணாமல் போகிறர்கள் என்பது தீர்க்கமுடியாத புதிரே. பெர்முடா முக்கோணத்தில் கப்பல்கள் மர்மமாகக் காணாமல் போய்விடுவது போல இந்தக் கொலைவழக்கும் ஒரு பெர்முடா முக்கோணம் தானோ என்னவோ.

•••

யதோத்தகாரியின் குடும்பத்தைச் சேர்ந்த டாக்டர் மிருதுளா தனது பெரிய தாத்தாவின் டயரியைக் கண்டறிந்து அதை வெளியிடுவதற்காக முயற்சி செய்தாள். அப்படித்தான் இந்த டயரிகள் பதிப்பகத்திற்கு அனுப்பி வைக்கப்பட்டன.

நவயுகம் பதிப்பகத்தின் ஆசிரியர் பிரதாபன் எனது நண்பர் என்பதாலும் நான் ஒரு வழக்கறிஞர் என்பதாலும் இந்தக் கையெழுத்துப் பிரதிகளை வாசித்து முடிவு செய்யும் படி கேட்டுக் கொண்டிருந்தார்.

தீர்க்கப்படாத கிரிமினல் வழக்கு என்பதால் சுவாரஸ்யமாக இருக்கக் கூடும் என்பதாலே நான் இதை வாசித்து அபிப்ராயம் சொல்ல ஒத்துக் கொண்டேன்.

பனிரெண்டு சிறிய டயரிகளில் எழுதப்பட்ட குறிப்புகள். அநேகமாக இது கணவன் மனைவி இருவர் எழுதிய டயரிகளுடன் வருணா அல்லது பில்வமங்கன் எழுதிய டயரியாகவும் இருக்கக் கூடும்.

எல்லா டயரிகளுமம ஆங்கிலத்தில் எழுதப்பட்டிருந்தன. ஒரு டயரியில் இடையிடையில் எழுதப்பட்ட கவிதைகளை வைத்து அது ஸ்ரீமதியின் டயரி என்று எண்ணத்தோன்றுகிறது. காரணம், அவள் கவிதைகளின் மீது அதிக ஈடுபாடு கொண்டிருந்தவள். ஒருவேளை அவளே கவிதைகள் எழுதினாளோ என்னவோ. கணவனுக்குத் தெரியாமல் கவிதை எழுதுவது ஒரு குற்றமாக அன்று நினைக்கப்பட்டது. தெரிந்து கவிதை எழுதினால் மன்னிக்கப்பட முடியாத குற்றமாகக் கருதப்பட்டது. இந்த இரட்டை சிக்கலுக்குப் பயந்து ஸ்ரீமதி வேறு பெயர்களில் தன் கவிதைகளை எழுதியிருக்கக் கூடும்.

இந்த வழக்கிற்குத் தொடர்பில்லாதபோதும் இந்தக் கவிதைகள் மிக வசீகரமாகவும் புதிராகவும் எழுதப்பட்டிருக்கின்றன.

பில்வம்ங்கன் கொல்லப்படுவதற்கான காரணங்கள் எதையும் இந்த டயரிகளில் இருந்து அறிந்துகொள்ள முடியவில்லை. ஆனால் பிரிட்டிஷ் காவல்துறையில் பணியாற்றிய தமிழகத்தைச் சேர்ந்த இளம் அதிகாரி யதோத்தகாரியையால் பற்றியும் அவனது மனைவி ஸ்ரீமதி பற்றியும் தெரிந்து கொள்ள முடிந்தது. தொடர்பேயில்லாத சில விசித்திர நிகழ்வுகளையும் மனிதர்களையும் பற்றித் தெரிந்து கொண்ட பிறகு என்னால் அதிலிருந்து விடுபட முடியாமல் மோகன்பூருக்கு ஒருமுறை போய்வரலாம் என்று பயணம் புறப்பட்டு விட்டேன்.

இந்தப் பயணத்தின் ஊடாக இந்த டயரியில் எழுதப்பட்ட சில விஷயங்களை உங்களோடு பகிர்ந்து கொள்கிறேன்.

•••

நூற்றாண்டுகளுக்கு முன்பு நடந்தபோதும் ஒரு கொலை என்பது முடிந்துபோன விஷயமில்லை. அதன் அதிர்வு இன்னமும் நீடித்துக் கொண்டேயிருக்கிறது. கொலையாளியைக் கண்டறிந்து தண்டிக்கப்பட்டவுடன் உலகம் கொலையை மறந்துவிடுகிறது. ஆனால் கொலையுண்டவனின் குடும்பம் அந்த நிகழ்வை மறப்பதில்லை. வீட்டு மனிதர்களின் மனதில் சிறுவிதையைப் போல அந்த நிகழ்வு வளர்ந்து தானே சிறுசெடியாக வளர ஆரம்பிக்கிறது. வாழ்நாள் முழுவதும் அந்தச் செடியின் இலைகள் சலசலப்பதை அவர்கள் கேட்டுக் கொண்டேதானிருப்பார்கள்.

1850களில் பில்வமங்கன் லண்டனில் சென்று படித்திருக் கிறான். உண்மையில் அவனைச் சட்டம் படிப்பதற்காகத்தான் லண்டனுக்கு அனுப்பி வைத்தார்கள். அப்போது பதினாறு வயதுதான் நடந்து கொண்டிருந்தது. பில்வமங்கன் தந்தையின் ஆசையை நிறைவேற்றவில்லை என்பதுடன் இரவு பகலாகக் குடி, பெண்கள் எனச் சுதந்திரமான வாழ்க்கை அனுபவித்தான். அந்த நாட்களில் அவனது சுருள்கேசத்தையும் அழகான தோற்றத்தையும் கண்ட பெண்கள் அவனைக் காதலிப்பதில் போட்டியிட்டார்கள். பெண்களைக் கவருவதற்காகவே அவன் நாடகங்களில் நடித்தான். பில்வமங்கன் ஏன் ஊர்

திரும்பினான் என்பதற்கு ஒரு விசித்திரமான கதையைச் சொல்கிறார்கள்.
...

பூக்களை மறந்து போனவள்

பில்வமங்கன் நடித்த நாடகத்தின் பெயர் கெய்ரோ நகரத்தின் அழகி. அந்த நாடகத்தை எழுதியதும் அவனே. அந்த நாடகத்தில் கதாநாயகியாக நடித்த இசபெல் அவனைக் காதலித்தாள். இசபெல் ஆறு வயதிலே தந்தையை இழந்தவள். அவளது தாய் ஒரு நாடக நடிகை. மிகவும் வறுமையான சூழலில் வளர்ந்தவள். ஆகவே பில்வமங்கனின் பணவசதியைக் கண்டதும் அவனுடன் நெருக்கமாகப் பழக ஆரம்பித்தாள். ஒவ்வொரு நாளும் நாடகம் முடிந்த பிறகு அவளுடன்தான் பில்வமங்கன் தங்குவான். அவள் தனது வீட்டில் பெரிய மரக்கட்டில் கொண்டிருந்தாள். அந்தக் கட்டிலின் அடியில் ஒரு பூட்டு தொங்கவிட்டிருப்பாள். அந்தப் பூட்டினைத் திறந்துவிட்டால் கனவுகள் வந்துவிடும் என்று அவள் நம்பினாள்.

இது என்ன முட்டாள்தனமான நம்பிக்கை. கனவு வராமல் தடுக்கப் படுக்கையை எப்படிப் பூட்ட முடியும் என்று கேட்டான் பில்வமங்கன்.

இந்தப் படுக்கை என் பாட்டியுடையது. அவள் கனவுகளால் அலைக்கழிக்கப்பட்டவள். ஆகவே அதிலிருந்து தப்பிக்க இப்படி ஒரு பூட்டினை மாட்டியிருக்கிறாள். இதை என் அக்கா ஒருமுறை கழட்டிவிட்டாள். அடுத்த சில நாட்களில் அவள் துர்க்கனவால் நோயுற்று இறந்து போனாள். உடனே என் அம்மா பழையபடி இந்தப் பூட்டினை மாட்டிவிட்டார். இதன் சாவி எங்கேயிருக்கிறது என்றுகூட இப்போது எனக்குத் தெரியாது என்றாள் இசபெல்.

இன்றிரவு அந்தப் பூட்டினைத் திறந்து அதே கட்டிலில் நாம் துயிலுவோம். துர்க்கனவுகள் நம்மைப் பீடித்துக் கொள்ளட்டும் என்றான் பில்வமங்கன். அவள் எவ்வளவோ மன்றாடியும் அவன் கேட்கவில்லை.

வீட்டின் பழைய மேஜை ஒன்றின் இழுப்பறையில் இருந்து அதன் சாவியைக் கண்டறிந்து அந்தப் பூட்டினைத்

திறந்தார்கள். அன்றிரவு இசபெல்லுடன் உறவு கொள்ளும் போது கடற்நுரையைப் போர்த்திக் கொண்டது போலிருந்தது. அவளது ஒவ்வொரு முத்தமும் ஒரு சுவை கொண்டிருந்தது. அவளை இறுக்கி அணைத்துக் கொண்டபோது அலையை அணைத்துக் கொள்வது போலவே இருந்தது. விடிந்து எழுந்து கொண்டபோது பில்வமங்கன் கேட்டான். உனக்குத் துர்க்கனவுகள் எதுவும் ஏற்பட்டதா. அவள் இல்லை எனத் தலையாட்டினாள்.

இது நடந்த மறுநாள் இரவில் அவர்கள் நாடகம் போடும் போது பூக்குவளை ஒன்றில் மலர்களை அடுக்கி வைக்கும் காட்சியில் நடிக்க வேண்டிய இசபெல் மலர்களை மறந்து வைத்துவிட்டதாகச் சொல்லி மேடையின் பின்பக்க படிகள் வெளியே அவசரமாக மலர்கள் வாங்கச் சென்றாள். நாடகத்தில் அவளது காட்சி வரும்வரை அவள் திரும்பி வரவில்லை. எங்கே போனாள் என்று தெரியாத பில்வமங்கன் அவள் இல்லாத காரணத்தால் மேரி ஆலிவரை நடிக்க வைத்து நாடகத்தை ஒருவாறாக முடித்து வெளியேறினான்.

அவளது வீட்டிற்குச் சென்று இசபெல் இருக்கிறாளா எனத் தேடியபோது அவள் வீட்டிற்கு வரவில்லை என்று பணிப்பெண் சொன்னாள். அப்போது படுக்கையின் அடியில் அந்தப் பூட்டு பூட்டப்பட்டிருப்பது தெரிய வந்தது. யார் இதைப் பூட்டினார்கள் என்று பில்வமங்கன் கேட்டான். அவள் தனக்குத் தெரியாது என்றாள். இசபெல் எங்கே போனாள் என்று கண்டறிய முடியவில்லை.

பூக்களை வாங்குவதற்காகச் சென்ற பெண் எங்கே போயிருப்பாள். நாடக அரங்கினைச் சுற்றிய மலர் விற்பனையகங்களில் விசாரித்தபோது அவள் வரவில்லை என்றே தகவல் கிடைத்தது. ஒருவேளை அவளுக்கு ஏதாவது விபத்து நடந்திருக்குமா என்று விசாரித்தான். அப்படியும் கண்டறிய முடியவில்லை. மூன்று மாத காலம் எவ்வளவோ முயன்றும் அவளைப் பற்றிய தகவலை அறிய முடியவில்லை.

ஆனால் அதன்பிறகு ஒவ்வொரு நாளும் அவனது கனவில் அவள் தோன்ற ஆரம்பித்தாள். நாடகத்தில் வரும் அதே காட்சி போல மலர்களை மறந்துவிட்டதாகச் சொல்லி வெளியேறிச் செல்வாள். கனவிலும் அவளைப் பின்தொடர முடியவில்லை. இந்த ஏமாற்றம் அவனை

ஆழமாகப் பாதித்தது. தான் காதலித்த பெண் ஏன் தன்னை விட்டு மறைந்து போனாள் எனப் புரியாமல் தான் அவன் லண்டனை விட்டு இந்தியா திரும்பி வந்தான் என்கிறார்கள்.

இந்த நிகழ்வினைப் பற்றி பில்வமங்கன் இரண்டு மூன்று முறை தனது டயரியில் பதிவு செய்திருக்கிறான்.

...

யதோத்தகாரியின் ஒரு குறிப்பு

காணாமல் போனவர்கள் எல்லோரும் ஒரு இடத்தில் ரகசியமாக வசித்துக் கொண்டிருக்கிறார்கள் போலும். இந்த உலகில் காணாமல் போனவர்களுக்கான வசிப்பிடம் என்றே தனிவெளி இருக்கிறது. அதைக் காணாமல் போகாதவர்களால் கண்டறிய முடியாது. உண்மையில் அது ஒரு உலகம். எந்த நூற்றாண்டில் காணாமல் போயிருந்தாலும் அவர்கள் ஒரே இடத்திற்குத்தான் சென்று சேர்ந்திருப்பார்கள். காணாமல் போனவர்களின் வசிப்பிடம் என்பது கடலில் உள்ள தீவினைப் போலப் பூமியில் உள்ள தனிநிலம். அங்கே யாரும் யாருக்கும் தெரிந்தவர்கள் இல்லை. காணாமல் போனவர்களுக்குள் உறவு கிடையாது. அவர்கள் ஒரே பூமியில் முளைத்து அருகருகே நிற்கும் மரங்களைப் போலத் தனது சுதந்திரத்தில் தனியே வளருகிறார்கள். கண்டுபிடிக்கப்படும் வரைதான் அவர்களின் இந்த வாழ்க்கை. கண்டுபிடிக்க முடியாதபடி அவர்கள் நிறையக் கதைகளை உருவாக்கி விடுகிறார்கள் அல்லது கதைகள் காணாமல் போனவர்களின் பாதையை அழித்துவிடுகின்றன.

இந்தக் கொலை வழக்கினை விசாரிக்கத் துவங்கிய போது கொலைக்கான காரணங்களை விடவும் விசித்திரமான நிகழ்வுகள் அதிகம் இருப்பதை உணர முடிகிறது.

உண்மையில் பில்வமங்கன் சொல்வதைப் போலவே ஸ்ரீமதியும் படுக்கை அறையில் ஒரு பூட்டை வைத்திருக்கிறாள். அந்தப் பூட்டு உண்மையில் ஒரு தலையணை உறை. அந்த உறையில் இரண்டு அன்னங்கள் நீந்துகின்றன. அந்த இரண்டு அன்னங்களும் ஒன்றையொன்று பார்த்தபடியே நீந்துகின்றன. இந்த உறையைக் கொண்ட தலையணை இருக்கும்வரை துர்க்கனவுகள் வராது என்று அவள் நம்புகிறாள்.

ஒரு நாள் விளையாட்டாக அந்தத் தலையணை உறையை மாற்றி இரண்டு கிளிகள் கொண்ட தலையணை உறையை மாட்டிவிட்டேன். அன்றிரவு அதிசயமாக ஸ்ரீமதி படுக்கையில் உக்கிரமாக இருந்தாள். கலவியின் பின்பு உற்சாகமாகப் பாட்டுபாடினாள். காலையில் எழுந்து கொண்ட போது அவளது முகம் வெளிறிப்போயிருந்தது. அவள் எதையோ சொல்ல முயன்று சொல்லாமல் மறைத்துக் கொண்டபடியே குளிக்கச் சென்றாள்.

வீட்டின் பின்புறம் சிறிய குளம் இருந்தது. அதில்தான் அவள் குளிப்பாள். அவளுக்கு நன்றாக நீந்த தெரியும். அன்று அவள் குளக்கரையில் குளிப்பதற்காகக் கொண்டு போன உடைகளை வைத்தபடியே ஏதோ யோசனையில் அமர்ந்திருந்தாள். பகல் நீண்டு சூரியன் உச்சிக்கு வரும்வரை அப்படியே இருந்திருக்கிறாள். பணிப்பெண் பயந்து போய் பக்கத்து வீட்டு மொய்னாவை அழைத்துக் கொண்டு வந்தபோது காரணமே இல்லாமல் அழுதிருக்கிறாள். அன்றிரவு என்னிடம் பில்வமங்கன் மனைவி அவனைக் கொல்லவில்லை. அவனைக் கொன்றது பணிப்பெண் என்று திரும்பத் திரும்பச் சொல்லிக் கொண்டிருந்தாள்.

இதைப்பற்றி எல்லாம் நீ யோசிக்க வேண்டியதில்லை. மனசு சரியில்லை என்றால் கோவிலுக்குப் போய் வரச்சொன்னேன்.

இரண்டு நாட்களுக்குப் பிறகு அவள் தனியே பில்வமங்கன் மாளிகைக்குப் போய் வந்தாள் என்று கேள்விப்பட்டபோது அவள்மீது கோபம்தான் வந்தது. எதற்காக அங்கே போனாள் என்று கேட்டதற்கு அவள் பதில் சொல்லவேயில்லை.

ஸ்ரீமதி அதன்பிறகு பகலில் வீட்டில் தனியே நடிகை போல அலங்காரம் செய்துகொண்டு நடித்துக் கொண்டிருக்கிறாள் என்று மொய்னா சொன்னாள். ஒரு நாள் அவளிடம் இது பற்றிக் கேட்டதற்குச் சொன்னாள்:

'நீங்கள் ஒயின் குடிப்பது போல எனக்கும் கொஞ்சம் மயக்கம் தேவைப்படுகிறது. அதற்குத்தான் அந்த நடிப்பு.'

அவளை என்னால் புரிந்துகொள்ளவே முடியவில்லை. நீண்ட தனிமை ஒரு பெண்ணை இப்படி ஆக்கிவிடுமா என்ன.

...

பத்திரிகையாளர் இந்திரநாத் சொன்னவை

பில்வமங்கன் கொல்லப்படுவதற்கு முந்திய நாள் அவனது வீட்டில் ஒரு கச்சேரி நடந்திருக்கிறது. பனாரசில் இருந்து வரவழைக்கப்பட்ட இந்துஸ்தானி பாடகர் குலாம் காதர் மற்றும் குழுவினர்கள் பாடியிருக்கிறார்கள். அந்தக் கச்சேரி இரவு ஏழு மணிக்குத் துவங்கி விடிகாலை நாலு மணி வரை நடந்திருக்கிறது. கடந்த சில மாதங்களாகவே பில்வமங்கன் இப்படி இரவெல்லாம் கச்சேரி கேட்டுக் கொண்டேயிருந்தான். இதற்காக நிறையப் பணம் செலவு செய்திருக்கிறான். புகழ்பெற்ற இசைக்கலைஞர்களை வரவழைத்துப் பரிசுகளை வாரி வழங்கினான்.

அந்தக் கச்சேரியைக் கேட்பதற்கு வெளியாட்கள் எவருக்கும் அனுமதியில்லை. அவன் மனைவி வருணா சில நேரங்களில் அந்த இசைக்கூடத்திற்கு வருவதுண்டு. இல்லாவிட்டால் அவன் ஒருவன் மட்டுமே இசையைக் கேட்டுக் கொண்டிருப்பான். நூறு தூண்கள் கொண்ட பெரிய இசைக்கூடமது. அதன் நடுவே பெரிய சிம்மாசனம் போன்ற நாற்காலி. அவன் முன்னால் பாடகர்கள் அமர்ந்து பாட சிறிய கூடம். இரவெல்லாம் ஒளிரும் எண்ணெய் விளக்குகள். கதவுகள் மூடப்பட்ட அந்த இசைக்கூடத்தில் பாடகர்கள் தன்னை மறந்து பாடுவதும் கண்களை மூடியபடி பில்வமங்கன் கேட்டுக் கொண்டிருப்பதும் விநோதமாக இருக்கும். விடிகாலை வெளிச்சம் கதவில் பட்டுக் கசியும்போது அவன் போதும் எனக் கைகளால் சைகை செய்து நிறுத்துவான். பிறகு பட்டாடைகள், சன்மானங்களைத் தன் கையால் கொடுத்துவிட்டு வெறித்த கண்களுடன் தள்ளாடியபடியே நடந்து செல்வான்.

ஒருமுறை அவனிடம் குலாம் காதர் கேட்டார்:

"இசையில் நீங்கள் எதையோ தேடுகிறீர்கள் சாகேப்."

"காணாமல் போனவர்களைத் தேடுகிறேன். உன்னதமான இசையின் வழியே மறைந்து போனவர்களைத் தேடிச் செல்லும் பாதை உருவாகிறது. அதன் வழியே நான் இசபெல்லைத் தேடிக் கொண்டிருக்கிறேன். அவள் வாங்க மறந்த மலர்களை என்னால் காண முடிகிறது. ஆனால் அவளைத்தான் காண முடியவில்லை."

அதைக் கேட்டு குலாம் காதர் சொன்னார்:

"பாடி முடித்தபிறகு பாடல்கள் எங்கே போகிறதோ. அங்கேதான் காணாமல் போனவர்களும் போயிருப்பார்கள்."

அவர் அப்படிச் சொன்னது பில்வமங்கனுக்குப் பிடித்திருந்தது. அவன் தன் கழுத்தில் அணிந்திருந்த இரட்டை வட சங்கிலியை அவருக்குப் பரிசாக அளித்தான். பில்வமங்கனின் கடந்த காலம் அவனை ஆட்டுவித்திருக்கிறது. உண்மையில் வருணா அவனது பணத்திற்காகவே அவனுடன் வாழ்ந்திருக்கிறாள். அவளுக்கு ரகசிய காதலன் இருந்திருக்கிறான். படகுத் துறையில் அவர்கள் ரகசியமாகச் சந்தித்திருக்கிறார்கள்.

அவள் ஒரு நாள் காணாமல் போகக் கூடும் என்று பில்வமங்கன் நம்பிக் கொண்டிருந்தான். அதைத் தடுக்கவே அவளுக்குப் புதுப்புது ஆசைகளை உருவாக்கிக் கொண்டிருந்தான். ஆசைகளைக் கொண்டு எவரையும் எங்கேயும் தங்க வைத்துவிட முடியும். வருணாவைத் தன்னிடமிருந்து பறித்துக் கொள்ள முயலும் அவளது காதலனை பில்வமங்கன்தான் கொலை செய்திருக்கக் கூடும். காதலனின் பிரேதத்தை ஆற்றில் கண்டபோது வருணா அதைத்தான் நினைத்திருக்கிறாள். ஒருவேளை இந்தக் கொலை அதற்கான பழிவாங்குதல்தானோ என்னவோ.

பில்வமங்கனின் மாளிகையைப் பரிசோதனை செய்வதற்காகச் சென்ற நாட்களில் தலைகீழாக உருவம் தெரியும் ஒரு நிலைக்கண்ணாடி அந்த வீட்டில் இருப்பதைக் கண்டேன். இப்படி ஒரு அதிசயக் கண்ணாடியை எதற்காகப் பில்வமங்கன் வாங்கி வைத்திருக்கிறான். அது தன் முன்னே நிற்பவர்களைத் தலைகீழாகத்தான் காட்டுகிறது. அப்படி ஒரு அனுபவத்தை ஒருவர் அடைவது திகைப்பானது. என்னை நானே அப்படிப் பார்த்துக் கொண்டபோது வியப்பாக இருந்தது. ஒருவேளை வருணாவைக் கொலை செய்ய முயன்று தான் கொலையாகிப் போய்விட்டானோ. தலைகீழ் கண்ணாடி இதைத்தான் சொல்கிறதோ. தெரியவில்லை. ஒரே குழப்பமாக உள்ளது.

ஸ்ரீமதியின் டயரியில் ஒரு பகல்...

வங்காளத்தின் பகல்பொழுது காஞ்சிபுரத்தின் பகல்பொழுதை விடவும் பெரியது. ஏன் ஒரு நாள் இவ்வளவு

நீண்டதாக இருக்கிறது. இந்தக் குடியிருப்பில் எத்தனை நேரம் தனியே தூரத்து மேகங்களை வெறித்துப் பார்த்தபடியே இருப்பது.

யதோ ஏதோ ஒரு கொலை வழக்கினை விசாரிப்பதற்காகக் குதிரையில் சென்றுவிட்டான். அவனுக்குப் பில்வமங்கனைக் கொலை செய்தது யார் என்பதுதான் உலகின் மிக முக்கியமான விஷயம். என் ஆசையை அவன் கண்டுகொள்ளவேயில்லை. இந்தப் பில்வமங்கன் ஏன் கொல்லப்பட்டான். அவன் சாகாமல் இருந்திருந்தால் இவ்வளவு தூரம் வந்திருக்க வேண்டியது இருக்காது. பேசாமல் கல்கத்தாவில் இருந்திருக்கலாம். ஆங்கில நாடகங்கள், கச்சேரிகளைப் பார்த்துக் கொண்டு சந்தோஷமாக இருந்திருக்கலாம். ஆனால் இந்தக் கொலை என் ஆசைகளை நாசம் செய்துவிட்டது. பேசாமல் யதோவை இங்கே விட்டுவிட்டு அம்மா வீட்டுக்குப் போய்விடலாமோ என்றுகூட நினைத்தாள்.

யதோத்தகாரி சாப்பாட்டுப் பிரியன். சாம்பாரும் புளியோதரையும், வத்தல்குழம்பும் அப்பளமும் என ருசியாகச் சமைக்க வேண்டும். அவள் போய்விட்டால் அது எப்படிக் கிடைக்கும். ஒரு வேளை அவள் ஊருக்குப் போய்விட்டால் இந்தக் கேஸ் வேண்டாம் என்று அவனே ஊருக்கு வந்துவிடவும் கூடும். இப்படி மாறி மாறி யோசனைகள் வந்து கொண்டேயிருந்தன.

இந்தப் பில்வமங்கன் நல்லவன்தானா. நல்லவனாக இருந்தால் ஏன் அவன் மனைவி அவனைக் கொலை செய்தாள். வருணாவைத் தேடி நிசிதாபூர் வரை யதோ போய்வந்துவிட்டான். ஒருவருக்கும் தகவல் தெரியவில்லை. எங்கே மறைந்து கொண்டுவிட்டாள் அந்தப் பேதை. பெண்கள் தன்னை மறைத்துக் கொள்ள வேண்டும் என்று முடிவு செய்துவிட்டால் பின்பு யாராலும் கண்டறிய முடியவே முடியாது. அந்தப் பெண் மீது ஏனோ வருத்தமாக இருக்கிறது.

உடைந்த துண்டுகளை ஒட்டவைத்து ஒரு பானையை உருவாக்கிவிட முனைவது போலத்தான் யதோ ஓடிக் கொண்டிருக்கிறான். நடந்து முடிந்த நிகழ்வுகளுக்குச் சொல்லப்படும் காரணங்கள் உண்மைதான் என எப்படித்

தெரியும். சாட்சிகளைக் கொண்டு உண்மையை ஒரு போதும் முற்றிலும் அடையாளம் கண்டுவிட முடியாது.

பில்வமங்கன் இசையின் வழியே தொலைந்து போன தனது காதலியைத் தேடிக் கொண்டிருந்தான் என்று யதோ சொன்னதைக் கேட்டபோது அது சரியான வழிதானே என்றே தோன்றியது.

கவிதைகளின் வழியாகவும் இசையின் வழியாகவும் தான் உலகில் இருந்து காணாமல் போனவற்றை நாம் மீட்க முடியும். இவ்வளவு ரசனையான ஒரு மனிதன் ஏன் கொல்லப்பட்டான்?

யதோ சொன்னான். பில்வமங்கன் வீட்டில் வேலை செய்யும் பணிப்பெண்ணுக்கு எண்பது வயது இருக்கும். அவள் பில்வமங்கன் பிறந்த போதிலிருந்து அந்த வீட்டில் தான் வேலை செய்கிறாள். நீண்ட காலம் வேலை செய்கிறவர்கள் தாங்கள் அந்த வீட்டின் உறுப்பினர் என்றே நினைப்பார்கள். அவர்களுக்கு வயது மறந்து போய்விடும். அந்தப் பணிப்பெண் பில்வமங்கன் நிச்சயம் ஒரு நாள் காணாமல் போய்விடுவான் என்று நம்பிக் கொண்டிருந்தாள். அவளைப் பொறுத்தவரை இந்தக் கொலை அவனைக் காணாமல் ஆக்கியதுதான். வீட்டு உரிமையாளர்கள் இறந்த பிறகு பணியாளர்களுக்குத் தனியே வாழ்வது கடினமாக இருக்கும். அந்தப் பணிப்பெண்ணும் காணாமல் போய்விட்டாள் என்றான் யதோ.

ஒருவேளை வருணாவும் அந்தப் பணிப்பெண்ணும் ஒன்று சேர்ந்து கொலையைச் செய்துவிட்டு தப்பியோடி விட்டார்களா. இப்படித் துப்பறிந்து பார்த்தால் என்ன. இதைச் சொன்னால் யதோ கோவித்துக் கொள்வான்.

மனிதர்கள் காணாமல் போவது மட்டும் ஏன் இவ்வளவு முக்கியமாக இருக்கிறது. இந்த உலகிலிருந்து எத்தனையே பொருட்கள், நினைவுகள், நிகழ்வுகள் காணாமல் போயிருக்கிறதே.

என்னிடமிருந்து எனது பால்யவயது காணாமல் போய்விட்டது. அதை ரகசியமாகத் தேடிக் கொண்டிருக்கிறேன். யாரும் இல்லாத தனிமையில் அதன் படிக்கட்டுகள் தோன்றுகின்றன. இறங்கி நடக்கத் துவங்கினால் பால்யம் வெகுதொலைவிற்குப் போய்விடுகிறதே.

பருவ வயதின் கனவுகளும அதில் உலவிய அழகனும் காணாமல் போய்விட்டார்கள். மனதில் இப்போது யதோத்தகாரியின் மனைவி என்ற அடையாளம் மட்டுமே மீதமிருக்கிறது. ஒருவேளை யதோ ஒருநாள் காணாமல் போய்விட்டால் நான் அவனைத் தேட மாட்டேன். நான் காணாமல் போய்விட்டால் அவன் பதற்றமடைவான். தேடுவான். ஆனால் சில நாட்களில் அதை மறந்துவிட்டுத் தனது வேலையில் ஈடுபட ஆரம்பித்துவிடுவான்.

காணாமல் போவது உலகில் முடிவில்லாமல் நடந்து கொண்டேயிருக்கும் தொடர் நிகழ்வு. பிறப்பு இறப்பு போல அதுவும் தவிர்க்க முடியாததுதானோ. காணாமல் போகிறவர்கள் ஒரு வெற்றிடத்தை உருவாக்கிவிடுகிறார்கள். சுவரில் விரிசல் உருவாவது போல அந்த விரிசலை எளிதில் சரிசெய்துவிட முடியாது. ஒரு இடத்தில் காணாமல் போகிறவர்கள் இன்னொரு இடத்தில் தோன்றியிருப்பார்கள். தெரியாத மனிதர்கள் முன்பு நாம் காணாமல் போனவர்கள் தானே.

...

டயரிக் குறிப்பில் இருந்த செய்திகளையும் நிகழ்வுகளையும் வாசிக்கும்போது ஒரு நாவலின் அத்தியாயங்களை வாசிப்பது போலவே இருந்தது. என் பயணம் முழுவதும் அதைப்பற்றி நினைத்தபடியே வந்தேன்.

டயரியில் எழுதப்பட்டது என்பதால் அதை உண்மை என்று எப்படி நம்புவது. பெரும்பான்மையினர் டயரியில் உண்மையை எழுதுவதில்லை. இந்த டயரிக் குறிப்புகளை வைத்து எதையும் முற்றாக அறிந்துவிட முடியாது.

மோகன்பூருக்குச் சென்றபோது அவர்களில் ஒருவருக்கும் பில்வமங்கன் கொலையைப் பற்றித் தெரியவில்லை. அப்படி ஒரு மாளிகை இருந்த அடையாளமும் இல்லை. நூறு வருஷங்களுக்கு முன்பு நடந்தவற்றைக் கண்டவர் எவர் இருக்க முடியும். ஆனால் நினைவில்கூட அப்படியான நிகழ்வின் தடமில்லை.

கல்கத்தாவிற்கு வருகை தந்து புகழ்பெற்ற வழக்கறிஞர் நிரஞ்சன் சென்னிடம் பேசிக் கொண்டிருந்தபோது அது ஒரு புகழ்பெற்ற கொலை வழக்கு. சினிமாவாகக் கூட வந்திருக்கிறது. ஆனால் யார் கொலை செய்தார்கள் என்று கண்டுபிடிக்க முடியவில்லை என்றார்.

இதைப்பற்றிய டயரிக் குறிப்பை அவரிடம் காட்டிய போது சொன்னார்:

“இறந்து போனது பில்வமங்கன்தானா என்றே எனக்குச் சந்தேகமாக இருக்கிறது. கடந்த காலத்தின் நிகழ்வுகளைக் கதைகள் விழுங்கிவிடுகின்றன. அதன்பிறகு நாம் காண்பது கதையின் வேறுவேறு வடிவங்களையே.”

“அப்படியானால் யதோத்தகாரி காணாமல் போனது, அவன் மனைவி காணாமல் போனது, இப்படி ஏழு பேர் புதிராக மறைந்திருக்கிறார்களே” என்றேன்.

“இதுவும் கதையாக இருக்கலாம். ஒரு கொலையைக் கண்டுபிடிக்கவிடாமல் தடுக்க வேண்டும் என்றால் அதைப் பற்றிய கதைகளை அதிகம் உண்டாக்கிவிட வேண்டும். அதைத்தான் பில்வமங்கன் செய்திருக்கிறான் அல்லது யாரோ ஒரு புத்திசாலி இதை உருவாக்கியிருக்கிறான்.”

“விடைதெரியாத புதிராக இது முடிந்துவிட வேண்டியது தானா?

“என் வீட்டுக் கிணற்றில் இருந்த தண்ணீர் கோடைகாலத்தில் எங்கே காணாமல் போனது என்றே எனக்கு விடை தெரியவில்லை. இது போலக் கடந்தகாலக் கொலைகளுக்கு விடை தெரியாமல் போனால் என்ன” என்று சொல்லிச் சிரித்தார் நிரஞ்சன் சென்.

அவர் சொன்னது உண்மை. நூற்றுமுப்பது வருஷங்களுககு முன்பு நடந்த ஒரு கொலையின் முடிவால் இப்போது என்ன மாற்றத்தை உண்டாக்கிவிட முடியும்.

ஒருவேளை இந்த நிகழ்வில் காணாமல் போனவர்கள் ஏதோ காரணங்களால் பெயர்களை மாற்றிக் கொண்டு மறைந்து வாழ்ந்து கொண்டிருக்கலாம் அல்லது இது மொத்தமும் ஒரு நாடகத்தின் காட்சிகள்தானோ என்னவோ.

அப்படியில்லாமல் இந்தக் கொலைவழக்கும் டயரிகளும் வங்காளத்திற்கு வேலைக்குப் போன யதோத்தகாரியின் மனைவி ஸ்ரீமதி எழுதிய கற்பனைக் கதையாகவும் இருக்கலாம்தானே.

○

3
கேள்வியின் நிழல்

கேமிரா ஓடிக்கொண்டிருந்தது.

ராம்பிரசாத் கேமிராவைப் பார்க்கவில்லை. ஏதோ யோசனையில் ஆழ்ந்துவிட்டவரைப் போலிருந்தார்.

கேமிராவின் பின்புறமிருந்து திவ்யா சைகையால் அவரைப் பேசுமாறு சொன்னாள். அவர் அதைக் கவனித்ததாகத் தெரியவில்லை.

பேராசிரியர் ராம்பிரசாத்திற்குக் கணிதத்திற்கான உயரிய விருது ஒன்றை ஜப்பானிய அரசு அறிவித்திருந்தது. சர்வதேச அளவில் புகழ்பெற்ற அந்த விருதைப் பெற்ற முதல் தமிழர் என்பதால் அவரை நேர்காணல் செய்து தொலைக்காட்சியில் ஒளிபரப்ப வேண்டும் என்று நியூவிஷன் சேனல் முடிவு செய்திருந்தது.

விருது செய்தி கேள்விப்படும் வரை சரவணனுக்கு இப்படி ஒரு பேராசிரியர் இருக்கும் தகவல்கூடத் தெரியாது. எழுபத்தியெட்டு வயதான ராம்பிரசாத் தனது மகளின் வீட்டில் வசித்து வருகிறார் என்றும் ஆலந்தூர் சப்வேயிலிருந்து பிரியும் கிளை சாலையிலுள்ள சாய்பிளாசாவில் வசிக்கிறார் என்றும் விசாரித்து அறிந்து கொண்டு அவருக்குத் தொலைபேசி செய்தான்.

ராம்பிரசாத்தின் மகள் லாவண்யாதான் பேசினாள்.

"அப்பாவிற்கு உடம்பு முடியலை. நேத்து அவார்ட் அறிவித்ததில் இருந்து நிறையப் போன்... பேசிப்பேசி பிரஷர் ஜாஸ்தி ஆகிருச்சி."

"பத்து நிமிஷம் இன்டர்வியூ மேடம். உங்கள் வீட்லயே வந்து எடுத்துக்கிடுறோம்."

“அப்பாகிட்ட கேட்டுச் சொல்றேன்.”

“எங்களாலே ஒரு தொல்லையும் இருக்காது. அவர் விரும்புகிறதைப் பேசினா போதும்.”

“இதுதானே உங்க நம்பர். நானே கூப்பிடுறேன்” எனப் போனை துண்டித்தாள் லாவண்யா.

இரவு ஏழுமணி வரை லாவண்யாவிடமிருந்து பதில் வரவில்லை. ஆகவே சரவணன் நேரில் போயிருந்தான். வாசலில் நாலைந்து ஜோடி செருப்புகள் கிடந்தன. யாரோ வந்திருக்கிறார் போலும் என நினைத்தபடியே தயக்கத்துடன் காலிங்பெல் அடித்தான். கதவு திறந்து வெளியே வந்த லாவண்யாவிடம் “நியூவிஷன் சேனல்” என்று சொல்லிச் சிரித்தான் சரவணன்.

“உள்ளே வாங்க” என்றாள் லாவண்யா.

பேராசிரியர் களைத்துப் போன முகத்துடன் சாய்வு நாற்காலியில் அமர்ந்திருந்தார். ஓரம் கிழிந்துபோன வெள்ளை பனியன், பழைய வேஷ்டி. மீசையில்லாத முகத்தில் பெரிய கண்ணாடி. ஏறு நெற்றி. நரைத்த கற்றை மயிர்கள். ஒடிசலான உருவம். சற்றே பெரிய காதுகள். மெல்லிய குரலில் கேட்டார்:

“நீங்க டிவியா?”

“ஆமாம் சார். நாளைக்கு உங்களை ஒரு பேட்டி எடுக்கலாமானு நினைக்கிறேன்.”

“ராம்பிரசாத் சொன்னார் நான் சொல்றதுக்கு என்ன இருக்கு.”

“என்ன சார் இப்படிச் சொல்லிட்டீங்க. எவ்வளவு பெரிய அவார்ட் வாங்கியிருக்கீங்க. பிரைம் மினிஸ்டர்ல இருந்து சிஎம் வரைக்குப் பாராட்டி இருக்கிறார்கள். உங்க ளைப் பற்றி நாங்க தெரிஞ்சிக்கிட வேணாமா?”

“அப்படிச் சிறப்பா சொல்றதுக்கு ஒண்ணுமில்லே.” “பத்து நிமிஷம் பேசினா போதும். உங்களோட பழைய போட்டோஸ், வீடு, நீங்க புக் படிக்கிறது, இப்படி ஷாட்ஸ் கட் பண்ணிப் போட்டுக்கிடுவேன்.”

“என்னாலே முடியுமானு தெரியலை. இப்பவே தலை கிர்ருன்னு இருக்கு.”

"எங்க சேனலோட மார்னிங் ஷோ ரொம்ப பாப்புலர் சார். பெரிய ரீச் இருக்கும்."

"இனிமே நான் யாருக்கு ரீச் ஆகணும், எதுக்கு ரீச் ஆகணும்?" எனக்கேட்டார் ராம்பிரசாத்.

"உங்க சாதனைகளை இளையதலைமுறை தெரிஞ்சிக்கிடணும்ல சார்" என்று அவன் சொன்னது ஒரு நாடக வசனம் போலவே அவருக்குக் கேட்டது.

"எத்தனை மணிக்கு இன்டர்வியூ" எனக்கேட்டார்.

"மார்னிங் எட்டு மணிக்கு வந்துடுறோம்... செட் பண்ண இருபது நிமிஷம். இன்டர்வியூ பத்து நிமிஷம்... எட்டரைக்கு முடிஞ்சிரும்."

"காலையில உடம்பு எப்படி இருக்கும்னு தெரியலை. பாக்குறேன்."

"நல்லா தூங்கி எந்திரிச்சா பிரஷ்ஷா இருப்பீங்க சார். இதெல்லாம் ஒரு அன்புத் தொல்லை" என்று சிரித்தான் சரவணன்.

ஏன் அவன் இப்படி நாடகம் போலவே பேசுகிறான் என எரிச்சலாக உணர்ந்தபடியே அவர் கழிப்பறையை நோக்கி நடந்தார். சரவணன் லாவண்யாவிடம் பேசி சம்மதிக்க வைத்துவிட்டான்.

...

காலை எட்டு மணிக்கு அவர்கள் ராம்பிரசாத் வீட்டிற்கு வந்தபோது அவர் செடிகளுக்குத் தண்ணீர் ஊற்றிக் கொண்டிருந்தார். இருபது தொட்டிச் செடிகள் இருந்தன. அதில் இரண்டு கள்ளிச்செடிகள்.

ஹாலில் இருந்த இளஞ்சிவப்பு நிற சோபாவைத் திருப்பிப் போட்டு கேமிராவை எங்கே வைப்பது என சரவணன் பரபரப்பாக இருந்தபோது லாவண்யா அவர்களுக்குக் காபி கொடுத்தாள்.

"சார் டிபன் சாப்பிட்டாரா?" எனக்கேட்டான் சரவணன்.

"இன்னும் குளிக்கக்கூட இல்லை" என்றாள் லாவண்யா.

பகலின் சிறகுகள் ◆ 41

“ரெடியாகச் சொல்லுங்கள். பத்து நிமிஷத்தில் நான் ரெடியாகிடுவேன்.”

அவள் அப்பாவின் அருகில் போய்ச் சொன்னபோது அவர் வெளிறிப்போன செடியின் இலையைக் காட்டி எதையோ சொல்லிக் கொண்டிருந்தார்.

அப்பாவை அவசரப்படுத்த முடியாது என அவளுக்கு நன்றாகத் தெரியும். அவர் ஹாலைக் கடந்து போகும்போது அங்கிருந்த எவரையும் நிமிர்ந்துகூடப் பார்க்கவில்லை. நிழல் கடந்து போவது போல நடந்து சென்றார்.

அவர்கள் கேமிராவைத் தயார் செய்துவிட்டுக் காத்திருந்தார்கள். முக்கால் மணி நேரம் கழித்து ராம் பிரசாத் காதோரம் ஈரம் வழிய, நீலநிற கோடு போட்ட சட்டையும் கறுப்புப் பேண்ட்டும் அணிந்து வந்தார்.

“நீங்க டிபன் சாப்பிட்டிருங்கப்பா” என்றாள் லாவண்யா.

“இப்போ வேணாம். பிறகு சாப்பிடுறேன்.”

“அப்போ இன்னொரு கப் காபி தரவா?”

“வேணாம். இன்டர்வியூ முடியட்டும்” என்றார்.

அவருக்கு இது போன்ற தொலைக்காட்சி நேர்காணலில் விருப்பமில்லை என்பது முகத்திலே தெரிந்தது. நேற்றிலிருந்து தமிழ், ஆங்கிலம், இந்தி என வேறுவேறு ஊடகங்கள், செய்தியாளர்கள் அவரிடம் போனிலே கேள்வி கேட்டார்கள். வாழ்த்துச் சொன்னார்கள். ரேடியோ நிலையத்திலிருந்து கூட ஒருவர் தொடர்பு கொண்டார்.

எதற்காக இப்படி ஒரு விருதை அளித்துத் தன்னைத் தொந்தரவு செய்கிறார்கள் என்று ராம்பிரசாத்திற்கு எரிச்சலாக இருந்தது. அதைக் காட்டிக் கொள்ளாமல் நாற்காலியில் அமர்ந்தார். அவரது சட்டையில் மைக்கை மாட்டி டெஸ்ட் செய்தபோது குரல் மிகவும் மெலிதாக இருந்தது.

“சார்... கொஞ்சம் சப்தமா பேசுங்க” என்றாள் திவ்யா.

“இவ்வளவுதான் என்னால முடியும்.”

“அப்போ கொஞ்சம் வெந்நீர் குடிச்சிக்கோங்க. வாய்ஸ் க்ளியரா வரும்” என்றபடி அவளாக லாவண்யாவிடம்

வெந்நீர் கொண்டுவரச் சொன்னாள். கேமிரா, ஒளிரும் விளக்குகள். சுற்றிலும் நிற்கும் ஆட்கள் அவருக்குள் பதற்றத்தை ஏற்படுத்தியது. திடீரென அது தன்னுடைய வீடில்லை என்பதைப் போல உணர்ந்தார். ஷோ கேஸில் இருந்த புத்தர் பொம்மை ஒன்றை ஒரு ஆள் வெளியே எடுத்து அவரது பின்பக்கமிருந்த ஸ்டாண்டின் மீது கொண்டு போய் வைத்தான்.

புத்தரும் ஒரு செட் பிராபர்ட்டிதானா. எதற்காகத் தன் பின்னால் புத்தர் இருக்க வேண்டும் என அவருக்குப் புரியவில்லை.

"சார் நீங்க ரெடினா... நாம போயிடலாம்" என்றான் சரவணன்.

"நான் என்ன சொல்றது?"

"உங்க லைப் பற்றிப் பேசுங்க."

"அதுல மத்தவங்க தெரிஞ்சிக்கிட ஒண்ணுமில்லே."

"உங்க ஊரைப்பற்றி. ஸ்கூல் டேஸ், பிரண்ட்ஸ் பற்றிச் சொல்லுங்கள். எப்படி மேத்ஸ்ல ஆர்வம் வந்துச்சி? எந்த டீச்சரை உங்களுக்குப் பிடிக்கும்? இப்படிப் பேசுறதுக்கு நிறைய இருக்கும்லே" என்று பொய்யாகச் சிரித்தான்.

"பாக்குறேன்" என்றபடியே அவர் கண்களை மூடிக் கொண்டார். மனதில் என்றோ நடந்து முடிந்த அவமதிப்புகள், புறக்கணிப்பு, வருத்தங்கள்தான் தோன்றின. அவருக்குக் கொஞ்சமும் பிடிக்காத ஒரு நபர் நினைவில் வந்து போனார். மனம் நாம் விரும்புவதை நினைவு கொள்வதில்லையே.

சரவணன் கேமிராவின் மானிட்டர் வழியாக அவரது முகத்தைப் பார்த்தான். சரிவரத் தூக்கமில்லாது போன கண்கள். உலர்ந்து வெடித்த உதடுகள். பிடிவாதமான கிழவர் என்று உணர்ந்தவன் போல அவரை ஏறிட்டுப் பார்த்துச் சொன்னான்.

"சார்... நான் ஸ்டார்ட் சொன்னதும் நீங்க பேச ஆரம்பிச்சிடுங்க... நான் இடையில எதுவும் கேட்க மாட்டேன். நீங்க பேசிக்கிட்டே இருக்கலாம்."

ராம்பிரசாத் லேசாகத் தலையாட்டிக் கொண்டார்.

சமையலறை ஓரமாக நின்றபடியே லாவண்யா அப்பாவை பார்த்துக் கொண்டிருந்தாள். அப்பாவிடமிருந்து வார்த்தைகளை வெளியே கொண்டுவருவது எளிதாக என்ன. இத்தனை வருஷத்தில் அவளுக்கே அவரது கல்லூரியில் என்ன நடந்தது, எதற்காக அவர் திடீரென வேலையிலிருந்து நிறுத்தப்பட்டார் என்பது தெரியாதே. அப்பா எதையும் அளந்து பேசக்கூடியவர் என்பதை அவள் அறிவாள்.

ராம்பிரசாத்தின் உதடுகள் லேசாக அசைந்தன. நெற்றியைச் சுருக்கிக் கொண்டார். எதையோ சொல்ல முற்படுகிறவர் போல முகபாவனை தோன்றியது. கேமிரா ஓடிக்கொண்டிருந்தது. ராம்பிரசாத் ஒரு வார்த்தைகூடப் பேச வில்லை. கேமிராவை வெறித்துப் பார்த்தபடியே இருந்தார்.

கட் சொல்லிவிடலாமா என நினைத்தபடியே குழப்பத்துடன் ராம்பிரசாத்தைப் பார்த்துக் கொண்டிருந்தான் சரவணன்.

எதிரே கேமிரா ஓடிக்கொண்டிருக்கிறது என்ற உணர்வே அவரிடமில்லை.

"புரொபசர்... பேசுங்க" எனச் சப்தமாகவே சொன்னான்.

அவரிடம் எந்தச் சலனமும் இல்லை. ஏதோ பழைய நினைவில் உறைந்து விட்டவரைப் போலிருந்தார். கேமிராவிற்குக் கட் சொல்லிவிட்டு சரவணன் தனது எரிச்சலை மறைத்தபடியே அவரது அருகில் சென்று கேட்டான்.

"என்ன சார் எதுவும் பேசலை. டயர்டா இருக்கா?"

"பழைய விஷயங்களை நினைச்சா வருத்தமா இருக்கு. பேச முடியலை."

"ரொம்ப சீரியஸா யோசிக்காதீங்க சார். ஜாலியா ஏதாவது பேசுங்க. உங்க பிரண்ட்ஸ், சின்னவயசில கிரிக்கெட் ஆடுனது இப்படி... சந்தோஷமா பேச ஆரம்பிங்க... முன்னே பின்னே எடிட் பண்ணிக்கிடலாம். "

"லைப்ல நான் அதிகம் சந்தோஷப்பட்டதில்லை. அது தேவையாவும் இல்லை. நான் கற்பனையிலே வாழ்ந்துக்கிட்டு

இருக்கிறவன். இந்த ரியாலிட்டியோட என்னாலே ஒத்துப் போக முடியலை."

"நான் வேணும்னா கேள்வி கேட்கவா. அதுக்குப் பதில் சொல்லுறீங்களா?"

"என்ன கேட்கப்போறீங்க?"

"உங்க அப்பா அம்மாவைப் பற்றி முதல்ல சொல்லுங்க. அதை ரிக்கார்ட் பண்ணிக்கிடுறேன்."

"அம்மா பற்றிச் சொன்னா எமோஷனல் ஆகிடுவேன். அப்பா பற்றிச் சொல்றதுன்னா எதைச் சொல்றதுனு தெரியலை."

"உங்க அப்பா ஸ்கூல் டீச்சரா?"

"அவரும் மேத்ஸ் டீச்சர். ரொம்பக் கோபம் வரும்... பசங்களைக் கண்ணு மண்ணு தெரியாமல் அடிப்பாரு... ஸ்கூல்ல அவரைப் பாக்க எனக்கே பயமா இருக்கும். நான் ஸ்கூல்ல ஆவரேஜ் ஸ்டூடண்ட். நிறைய எக்ஸாம்ல பெயில் ஆகியிருக்கேன். அப்போ அவர் அடிச்ச அடி, இன்னும் மனசுல வலிக்குது. அதை எல்லாம் இப்போ சொல்லி என்ன ஆகப்போகுது. ஒரு ஆள் இறந்து போனாலும் அவர் செய்த தவறுகள் இறந்து போறதில்லை. இப்போவும் ஏதாவது ஒரு நாள் கனவுல அவர்கிட்ட அடிவாங்கிட்டு தான் இருக்கேன்."

"உங்களுக்கு டிவி பாக்குற பழக்கம் இருக்கா? எங்க மார்னிங் ஷோ பாத்து இருக்கீங்களா?"

"நான் டிவில டென்னிஸ் மேட்ச் மட்டும்தான் பார்ப்பேன். எப்போவாவது அனிமேஷன் பார்ப்பேன். உங்க சேனலைப் பார்த்தது கிடையாது. நிறையப் புக்ஸ் படிப்பேன்."

"நாலே நாலு கேள்விக்கு ஜாலியா பதில் சொல்லுங்க. அது போதும்."

"நாலுங்கற நம்பர் ரொம்ப விசேசமானது தெரியுமா."

"கேமிராவை ஆன் பண்ணுறேன். அதைப்பற்றிச் சொல்லுங்க."

"சும்மா ஜோக்குக்குச் சொன்னேன். நான் மேத்ஸ் வச்சி வித்தை காட்டமாட்டேன்."

"அப்போ உங்க சொந்த ஊரைப் பற்றிச் சொல்லுங்க."

"காலையில் இருந்து என் மனசில் நாங்க குடியிருந்த வீதி மட்டும் தோணிக்கிட்டே இருக்கு, ஊருக்குப் போயி முப்பது வருஷமிருக்கும்."

"உங்க வீதியில அப்படி என்ன விசேசம்?"

"எங்க வீதி ரொம்ப சின்னது. ஆனா அதுக்குள்ளே நிறைய சின்னசின்னதா வீடுகள். நாங்க குடியிருந்தது ஒரு வாடகை வீட்ல. அந்த வீட்டுவாசல்ல பெரிய வேப்பமரமிருக்கும். எங்க வீதியில பாம்பு சட்டை மாதிரி ஒரு மினுமினுப்புல வெயில் அடிக்கும். மழை பெய்றப்போ வீதி ரொம்ப அழகா இருக்கும். என் சைக்கிள் மழையில நனையுறதைப் பார்த்துக்கிட்டே இருப்பேன். எதிர்வீட்ல ஒரு பூனை இருக்கும். அதுவும் என்னை மாதிரியே மழையை வேடிக்கை பார்க்கும். அந்தப் பூனை ஒரு நாள் கிணத்துல செத்துக்கிடந்தது. யார் கொன்னாங்கன்னு தெரியலை. சின்னவயசில பூனை பின்னாடியே சுற்றிக்கிட்டு இருந்திருக்கேன்."

"உங்களுக்கு மேத்ஸ்ல எப்படி ஆர்வம் வந்துச்சி. அதைச் சொல்லுங்க."

"எனக்கே தெரியலை. நம்பர்ஸ் எல்லாம் எனக்கு விளையாட்டு சாமான் மாதிரிதான். அதை வச்சி விளையாடிக்கிட்டே இருப்பேன். எனக்கு நிறையப் பிரண்ட்ஸ் கிடையாது. வீட்ல அப்பா ரொம்பக் கண்டிப்பு. சிஸ்டர்ஸ் ரெண்டு பேரும் நல்லா படிப்பாங்க. பள்ளிக்கூடம், பரீட்சை ரிசல்ட்ங்கிற உலகத்துல இருந்து எஸ்கேப் ஆகுறதுக்குத்தான் மேத்ஸ் உள்ளே நுழைஞ்சேன். அது ரொம்ப ரகசியமான உலகம். அதைச் சொல்லிப் புரிய வைக்கமுடியாது."

"பிரண்ட்ஷிப், லவ் மாதிரி சுவாரஸ்மான விஷயம் ஏதாவது சொல்லுங்க. கேமிராவை ஆன் பண்ணிக்கிடுறேன்" என்றான் சரவணன்.

"உங்க கேமிராவைப் பார்த்தா எனக்குப் பேச்சு வரமாட்டேங்குது. அது கூச்சமில்லை. உலகத்துக்கு எதுக்கு என்னைப் பற்றித் தெரியணும்ங்கிற கோபம். யாராவது பாராட்டுவாங்கன்னு நினைச்சி வானத்துல நட்சத்திரம் ஒளிருதா என்ன."

"என்கிட்ட பேசுறதா நினைச்சிட்டு நீங்க இப்படியே பேசிக்கிட்டே இருங்க. ரிக்கார்ட் பண்ணிக்கிடுறேன்."

“என்னை நானே ஏமாத்திக்கிடச் சொல்றீங்களா. அது ரொம்பக் கஷ்டம்.”

சரவணனுக்கு அவரை எப்படிக் கையாளுவது எனத் தெரியவில்லை. அவரே ஒரு சிக்கலான கணிதப்புதிர் போலிருந்தார்.

“சார் நீங்க வேணும்னா டிபன் சாப்பிட்டு வாங்களேன். பசியா இருந்தாலும் கோர்வையா பேச முடியாது.”

“எனக்கு நடந்த பல விஷயங்கள் யாருக்கோ நடந்தமாதிரி இருக்கு. படிப்பு, வேலை, வாழ்க்கை எல்லாத்துலயும் நிறையச் சிரமப்பட்டு இருக்கேன். ரெண்டு தடவை என் வேலை பறி போயிருக்கு. காலேஜ் மேல கேஸ் போட்டேன். பனிரெண்டு வருஷம் நடந்துச்சி. தோத்துட்டேன். இப்படி நிறைய சிரமங்கள். அதனாலே மனசுல எதையும் வச்சிக்கிடக்கூடாதுன்னு வைராக்கியமா இருந்துட்டேன்... இப்போ எதுவும் நினைவில் இல்லை.”

“இந்த விருதை வாங்க எப்போ ஜப்பானுக்குப் போறீங்க?”

“நிஜமா நான் போக விரும்பலை.”

“நீங்க போகாமல் எப்படி சார்?”

“டிராவல் பண்ணுறதை நினைச்சா. பயமா இருக்கு. எனக்குச் சின்னசின்னதா நிறையப் பயம் இருக்கும். அதை வயசாகியும் என்னாலே விட முடியலை. மேடை விருது வெளிச்சம் இதெல்லாம் எனக்குப் பழக்கமில்லை. விருப்பமும் இல்லை.”

“அவார்ட் வாங்கிட்டு ஜாலியா ஜப்பானைச் சுற்றிபாத்துட்டு வரலாம்லே.”

“பெரிய பெரிய கட்டிடங்களை, மனுசங்களை வேடிக்கை பாக்குறதுல என்ன இருக்கு. ஜன்னல் அளவில் வானம் தெரிந்தால் எனக்குப் போதும்.”

“ரொம்ப சலிப்பா பேசுறீங்க.”

“சலிப்பு இல்லை. உண்மை. எனக்கு இந்த வீடு, மகள், பேரன் பேத்திங்கிற சின்ன உலகம் போதும். இந்த அவார்ட் கொடுக்காட்டி நீங்க என்னைத் தேடி வந்தே

இருக்கமாட்டேங்க. இந்தத் திடீர் புகழ் திடீர் வெளிச்சம் நிர்வாணமா நிக்குற மாதிரி கூச்சமா இருக்கு."

"இதைச் சந்தோஷமா அனுபவிக்க வேண்டியதுதானே!"

"அப்படி இருக்க என்னால முடியலை. Momentary happiness is worse than permanent misery."

"இப்போ என்ன செய்யலாம்?" எனக்கேட்டான் சரவணன்.

"நீங்களும் என்கூட டிபன் சாப்பிடலாம்" என்றபடியே எழுந்து சமையல் அறையை நோக்கிச் சென்றார் ராம்பிரசாத்.

•••

காலையிலே வேண்டாத வெட்டிவேலை என நினைத்த படியே சரவணன் பேக்கப் என்றான். அவர்கள் கேமிராவை எடுத்து வைத்துவிட்டு சோபாவைப் பழைய இடத்திற்கு நகர்த்திக் கொண்டிருந்தார்கள். பிரகாச விளக்குகள் அணைக்கப்பட்டதும் ஹால் தன் இயல்பிற்குத் திரும்பியது.

லாவண்யா தனது அப்பாவை உள்ளே அழைத்து ஒரு தட்டில் இட்லி வைத்து சட்னி, எள்ளுப்பொடியுடன் சாப்பிடக் கொடுத்தாள். அவர் நின்றபடியே சாப்பிடும் காட்சி தெரிந்தது. கேமிரா உதவியாளர்கள் தங்கள் பொருட்களை வெளியே எடுத்துக் கொண்டு போனார்கள். வாசலில் நின்றபடியே ஷூவைக் காலில் மாட்டிக் கொண்டு சரவணன் யாருடனோ போனில் பேசிக் கொண்டிருந்தான்.

"சுத்த லூசு சார் இந்தக் கிழவன். மறை கழண்ட கேஸ். இவனுக்கு எல்லாம் அவார்ட் கொடுத்து நம்ம உசிரை எடுக்குறாங்க. நான் அப்படியே ஏர்போர்ட் போயிடுறேன். மினிஸ்டர் ஷூட் இருக்கு."

சரவணன் பேசியது வீட்டிற்குள் இருந்தபடியே ராம் பிரசாத்திற்குக் கேட்டது. அவர் மகளைப் பார்த்து மெல்லிய சிரிப்புடன் சொன்னார்:

"மறை கழண்ட கேஸ்... கேட்கவே நல்லா இருக்குல்லே."

லாவண்யா தானும் சிரித்தபடி அப்பாவிடம் கேட்டாள்:

"இந்த அவார்ட் கிடைச்சதுல உங்களுக்குச் சந்தோஷமே இல்லையாப்பா?"

"ஒரு சந்தோஷமும் இல்லை. முப்பது வயசில கிடைச்சிருந்தா ஒருவேளை சந்தோஷப்பட்டிருப்பேன். இப்போ இந்த விருது எதுக்கு? நானும் இருக்கேனு காட்டிக்கிடவா. கரப்பான்பூச்சி மேல டார்ச் அடிச்ச மாதிரி தொந்தரவாக உணருறேன். வயசானவனுக்கு ரொம்பச் சந்தோஷம் எல்லாம் தேவையில்லைம்மா. கேமிரா முன்னாடி கடந்த காலத்தில நடந்ததை எல்லாம் சொல்லச் சொல்றாங்க. அது என்ன கிணற்றுல வாளியை போட்டுத் தண்ணி இறைக்கிறது மாதிரியா. சந்தோஷம் எல்லாம் புகை மாதிரி கடந்து போயிருச்சி. கஷ்டங்கள் மட்டும் கறை மாதிரி மனசை விட்டுப் போகவேயில்லை. இந்த அவார்டாலே உங்களுக்குத்தான் தொந்தரவு."

"ஒரு நாள் தானேப்பா" என்று சிரித்தாள்.

"ஒரு நாள்தான்" என்று அவரும் சொல்லிக் கொண்டார். அப்படிச் சொல்லும்போது அவரது குரலில் ஆழமான வருத்தம் வெளிப்பட்டது.

O

4
வெறும் சிரிப்பு

அவன் ஒரு சிரிக்கும் ரோபோவை உருவாக்கியிருந்தான்.

அந்த ரோபோ மனிதர்களைப் போலவே சிரித்தது. அதுவும் இளம்பெண்ணின் சிரிப்பொலியை அப்படியே உருவாக்கியது. தனது இரவுபகலான ஆய்வுப்பணிகளுக்கு நடுவே அவன் தன்னை மகிழ்ச்சிப்படுத்திக் கொள்ள யாரோ ஒருவரின் சிரிப்பைக் கேட்க விரும்பினான். அந்தச் சிரிப்பின் வழியே மட்டுமே தன்னால் சிரிக்க முடியும் என்று நம்பினான். அவன் உருவாக்கிய ரோபோ ஒவ்வொரு முறை சிரிப்பதற்கு முன்பும் ஒரு கேள்வி கேட்டது.

"யாரைப் போலச் சிரிக்க வேண்டும்."

"பதின்வயது சிறுமி போல, அன்பிற்குரிய காதலி போல, திருவிழா காண வந்துள்ள பெண்ணைப் போல, வெற்றி பெற்ற வீரனைப் போல" என்று ஒவ்வொரு முறையும் ஒரு சிரிப்பைத் தேர்வு செய்வான்.

உடனே அச்சு அசலாக அதே போன்று சிரிப்பை ரோபோ வெளிப்படுத்தும். ஆரம்ப நாட்களில் அதை ரசித்துப் பாராட்டிய அவன் பின்பு அந்தச் சிரிப்பு காகித மலர் போலச் செயற்கையாக உள்ளதை உணர்ந்தான்.

சிரிக்கும் குரலை விடவும் சிரிப்பில் மலரும் கண்கள் முக்கியம் என்பதை உணர்ந்தான்.

ரோபோ சிரிப்பைச் சட்டென நிறுத்துவதை அவனால் ஏற்கமுடியவில்லை. புகை காற்றில் மறைந்து போவது போலச் சிரிப்பு மெதுவாக மறைய வேண்டும் என்று விரும்பினான்.

சிரித்து முடிந்தபிறகும் விரிந்திருக்கும் முகத்தைக் காண ஏங்கினான்.

வேண்டும் என்றே ரோபோவிடம் "ஒரு மலரைப் போலச் சிரி" என்று ஆணையிட்டான்.

ரோபோ அவனது ஆணையைப் புரிந்துகொள்ள முடிய வில்லை என்றது.

சிரிப்பின் பல்வேறு நிலைகளை, தருணங்களை, வெளிப்பாடுகளை அதற்குக் கற்றுத்தர முயற்சித்தான்.

"கண்ணீருக்குப் பின்பு வரும் சிரிப்பு வெறும் சிரிப்பல்ல" என்று அதற்குப் புரிய வைத்துப் பார்த்தான்.

"சிரிப்பில் சிரிப்பைத் தவிர வேறு என்னவெல்லாம் இருக்கிறது?" என்று ரோபோ கேட்டது.

தனக்குத் தானே சிரித்துக் கொள்வதை ரோபோவிற்கு எப்படிப் புரிய வைப்பது என்று குழம்பிப் போனான்.

உறக்கத்தில் சிரிப்பதையும், அர்த்தமில்லாமல் சிரிப்பதை, ரகசியத்தை மறைக்கச் சிரிப்பதையும், துரோகத்தின் அடையாளமாகச் சிரிப்பதையும், பழிதீர்க்கும் சிரிப்பையும் பித்தேறி சிரிப்பதையும் அவனால் எவ்வளவு முயன்றும் கற்றுக் கொடுக்க முடியவில்லை.

சிரிப்பின் படிக்கட்டுகள் எந்த ஆழத்தை நோக்கிச் செல்கின்றன என்று ரோபோவால் உணர முடியவில்லை.

சலிப்புற்ற அவன் சொன்னான்:

"சிரிப்பு ஒரு மொழி. அதை உன்னால் கற்றுக்கொள்ளவே முடியாது."

அதைக் கேட்டு ரோபோ புன்னகை செய்தது.

O

5
விண் புத்தகம்

விண்வெளியில் புத்தகம் படிப்பது தடை செய்யப்பட்டிருக்கிறது என்று அந்தக் குழுவின் தலைவர் சொன்னார்.

அவனுக்கு ஏன் என்று புரியவில்லை.

பூமியில் ஒரு புத்தகத்தை வாசிப்பதற்கும் விண்வெளியில் ஒரு புத்தகத்தை வாசிப்பதற்கும் என்ன வேறுபாடு இருக்கிறது என்பதை அவன் அறிந்து கொள்ள விரும்பினான். இதற்காக அவன் ரகசியமாக ஒரு புத்தகத்தைத் தன்னோடு கொண்டு செல்ல ஆசைப்பட்டான்.

அவனுடன் விண்வெளி பயணத்திற்குத் தேர்வு செய்யப் பட்ட பெண் சொன்னாள்:

"புவியீர்ப்பு விசை இல்லாத இடத்தில் புத்தகங்கள் விநோதமாகிவிடும். புத்தகங்கள் பூமிக்கானவை."

"விண்வெளியில் படிக்கும்போது என்ன நடக்கும்?"

"புத்தகம் காலத்தோடு தொடர்பு கொண்டது. காலவெளி பற்றிய உணர்வுதான் வாசிப்பு அனுபவத்தை உருவாக்குகிறது. விண்வெளியில் நமது காலவுணர்வு வேறுவிதமானது. கனவில் நாம் இருப்பது போலவே அந்த வாசிப்பிருக்கும்."

"ஒரு சொல் பூமியில் ஒரு அர்த்தத்துடனும் விண்வெளியில் வேறு அர்த்தம் கொண்டும் இருக்குமா என்ன?"

"நிச்சயமாக இருக்கும். விண்வெளியில் நீ நான் இருவரும் எடையற்றவர்கள். மிதக்கும் பொருட்கள், அவ்வளவே."

"விண்வெளியில் புத்தகம் வாசிக்க வேண்டும் என்பது எனது நீண்டகாலக் கனவு."

"வீணாகக் குழப்பத்தை உருவாக்கிக் கொள்ளாதே. என்ன புத்தகத்தை விண்வெளியில் வாசிக்கக்கொண்டு செல்ல நினைக்கிறாய்?"

"கவிதைத் தொகுப்பை. ஒரு கவிதைத் தொகுப்பைப் பூமியில் வாசிப்பதைவிட விண்ணில் வாசிப்பதுதான் பொருத்தமானது."

"உன் தேர்வு முட்டாள்தனமானது. கவிதை பூமியில் உன்னை எடையற்று மிதக்கச் செய்யும். விண்வெளியிலோ அது தாங்க முடியாத கனம் கொண்டதாகிவிடும். உனக்கு விருப்பம் என்றால் ஒரு சிறுவர் நூலை எடுத்துக்கொள்."

அந்த யோசனையை அவன் ஏற்றுக்கொண்டான்.

தனக்கு விருப்பமான சிறார் நாவல் ஒன்றை அவன் விண்வெளிக்கு ரகசியமாகக் கொண்டு சென்றான்.

பூமிக்கு வெளியே அதை வாசிக்கத் துவங்கியதும் அவன் உடல் கனக்கத் துவங்கியது. உடனே பூமிக்குத் திரும்ப வேண்டும் என்ற வேட்கை அதிகமானது. அவனது நினைவுகள் பீறிடத்துவங்கின.

புத்தகத்திலிருந்த எல்லாச் சொற்களும் விநோத நட்சத்திரங்களைப் போல ஒளிர்ந்தன. ஒரு புதிய கிரகத்தில் சஞ்சரிப்பது போல அவன் சிறார் நூலை வாசித்துக் கொண்டிருந்தான்.

பூமியின் வசீகரம் அப்போதுதான் அவனுக்கு முழுமையாகப் புரிய ஆரம்பித்தது.

O

6

பகலின் சிறகுகள்

லாக்டவுன் அறிவிக்கப்பட்ட நாளில் அது எவ்வளவு காலம் நீடிக்கும் என்று கார்த்திகா யோசிக்கவேயில்லை. ஒன்றிரண்டு நாட்களில் மீண்டும் இயல்பு வாழ்க்கை துவங்கி விடும் என்றே நினைத்தாள்.

ஆனால் கொரோனா பாதிப்பும் லாக்டவுன் நாட்களும் அவளது அன்றாட வாழ்க்கையை முடக்கிப் போட்டது. அவளுக்கு நினைவு தெரிந்த நாளிலிருந்து இத்தனை நாட்கள் தொடர்ச்சியாக வீட்டிற்குள் அடைபட்டுக் கிடந்ததில்லை. தெரு இப்படி வெறிச்சோடியதில்லை. நகருக்குக் கதவுகள் உண்டு என்பதை இப்போதுதான் அவள் உணர்ந்தாள்.

மொத்த நகரமும் ஒடுங்கிப்போயிருந்தது. எங்கும் சாவுச் செய்தி. பயம். ஒருவரையொருவர் பார்த்து இப்படி பயப்பட நேரிடும் என அவள் கனவிலும் நினைக்கவில்லை. அவளது குடியிருப்பின் படிக்கட்டு ஓரங்களை தொடுவதற்குக் கூட ஆட்கள் பயந்தார்கள். காய்கறிகளை, பழங்களைக் கழுவி உலர வைத்தார்கள். ஜன்னலைத் திறந்து வெளியே பார்க்கக் கூட அச்சமாகயிருந்தது. முகக்கவசம் அணிந்த மனிதர்களைக் காணுவது விநோதமாக இருந்தது.

அவர்கள் கூண்டுப்பறவைகள் விற்கும் கடை ஒன்றை நடத்திவந்தார்கள். அந்தக் கடை வடபழனியிலிருந்து போரூர் போகும்வழியில் இருந்தது. ஹெவன் என்று அந்தக் கடைக்குப் பெயர் வைத்தவர் கிரிதரன் மாமா. பறவைகள் சொர்க்கத்தின் பிரதிநிதிகள்தானே. கூண்டுப்பறவைகளை வளர்ப்பவர்களுக்கென தனியே ஒரு சுபாவமிருந்தது. அவர்கள் அதிகம் பேசுகிறவர்களில்லை. சிலர் ஒற்றை ஆளாக வாழுகிறார்கள். சிலர் ஆறாத துயரிலிருந்து விடுபடுவதற்காகப் பறவையை வளர்க்கிறார்கள். தனித்து

வாழும் பெண்கள் பறவைகளை வளர்ப்பதில் ஆர்வம் காட்டுகிறார்கள்.

அவர்கள் கடை ஆற்காடு சாலையில் நியூலுக் சலூனை ஒட்டியிருந்தது. ஆற்காடு சாலை பரபரப்பானது. காலை ஒன்பது மணிக்கெல்லாம் அப்பா கடையைத் திறக்கப் போய்விடுவார். காலை, மதியம் இரண்டு வேளைக்குமான உணவை அவள் தயார் செய்வாள். அப்பாவிற்குக் காலை உணவு தனியாகவும் அவளுக்கும் அப்பாவிற்கும் சேர்த்து மதிய உணவை தனிக்கேரியரில் எடுத்து வைத்துக் கொள்வாள். அம்மா உயிரோடு இருந்தவரை அப்பா வீட்டிற்கு வந்து சாப்பிட்டு ஒரு மணி நேரம் ஓய்வெடுப்பார். அம்மா இறந்தபிறகு அப்பா வீட்டிற்கு வருவதில்லை.

காலை ஒன்பது மணிக்குத் திறந்தால் இரவு எட்டு மணி வரை கடையில் இருப்பார். அவர்கள் கடைக்கென நிறைய வாடிக்கையாளர்கள் இருந்தார்கள். கூண்டுப்பறவைகளை விற்பதுடன் பறவைகளுக்கான உணவு மற்றும் மருந்துப் பொருட்களையும் அவர்கள் சப்ளை செய்து வந்தார்கள். சில நேரம் யாராவது வெளியூர் செல்ல நேரிடும்போது கூண்டுபறவைகளை அவர்கள் வசம் ஒப்படைத்துப் போவதும் உண்டு. பராமரித்து திரும்ப ஒப்படைக்க கட்டணம் எதுவும் கிடையாது.

பிரதான சாலையில் கடை இருந்த காரணத்தால் காலை முதல் இரவு வரை மனித நடமாட்டத்தை வேடிக்கை பார்ப்பது அவளது வழக்கம். பைக், ஆட்டோ கார், பேருந்து, தண்ணீர் லாரி எனக் கடந்து செல்லும் வாகனங்களை ரசித்துப் பார்த்துக் கொண்டிருப்பாள்.

மாலை நேரம் பள்ளிவிட்டு வரும் மாணவர்களின் உற்சாகத்தையும் அருகிலுள்ள அரிசிகுடோனில் வேலை பார்ப்பவர்களின் களைப்பான முகத்தையும் பார்த்துக் கொண்டிருப்பாள். அந்த வீதியில் அலையும் தெருநாய்களையும் அறிவாள். அதிலும் காரில் அடிபட்டு ஒரு கால் வளைந்த தெருநாய் ஒன்று அவர்கள் கடையை ஒட்டிய மண்மேட்டில்தான் படுத்துக்கிடக்கும். அந்த நாய் சில நாட்கள் வாய் ஓயாமல் சாலையைப் பார்த்துக் குரைத்தபடியே இருக்கும். என்றோ அடிபட்ட வலியை நினைத்துக் கொள்கிறது போலும்.

பகலின் சிறகுகள் ✦ 55

சமோசா விற்பவர், சாம்பிராணி போடுகிறவர், சிலிண்டர் ஏற்றிச் செல்பவர், தூள் ஐஸ் விற்பவர், குடை ரிப்பேர் செய்கிறவர், பூட்டுசாவி ரிப்பேர் செய்பவர், தேசியக் கொடியை உயர்த்திப் பிடித்தபடியே உண்டியல் குலுக்கும் தியாகி, காலிபாட்டில் குப்பை பொறுக்குகிறவர், சேலையில் முடிச்சு முடிச்சாகப் போட்டுள்ள பைத்தியக்காரப் பெண், பிள்ளையார்கோவில் பூசாரி, ஷேர் ஆட்டோ டிரைவர்கள், தண்ணீர் கேன் போடுகிறவன், குடையோடு வேகமாக நடந்து செல்லும் ஹிந்தி டீச்சர், நாள் முழுவதும் வெங்காயம் வெட்டிக் கொண்டிருக்கும் இரண்டு வட இந்தியப் பையன்கள், வடை, சுண்டல் விற்கும் தள்ளுவண்டிக் கடை, கீரை விற்கும் கிழவி என விதவிதமான மனிதர்கள். ஒவ்வொரு மனிதனும் ஒரு உலகம். அதற்குள் ஆயிரம் விசித்திரங்கள். பிரச்சனைகள். ஓடும் நதியைக் கரையில் அமர்ந்து வேடிக்கை பார்க்கும் சிறுமியைப் போலவே உணர்வாள். அவளும் அப்பாவும் மட்டுமே இருப்பதால் அவர்களிடம் பெரிய பரபரப்பு கிடையாது.

இத்தனை மனிதர்களையும் அவர்களின் பரபரப்பான வாழ்க்கையினையும் கொரோனா முடக்கியது. எவருக்கும் வேலையில்லை. அடைமழைக் காலத்தை எதிர்கொள்ளும் எலியைப் போலாகியது அவர்களின் வாழ்க்கை.

...

லாக்டவுன் ஆரம்பமாவதற்கு சில நாட்களின் முன்பு ஜெராக்ஸ் கடையில் வேலை செய்யும் பாபு அவளிடம் கேட்டான்:

"யக்கா. கொரோனா வந்தா உடனே செத்துப் போயிருவாங்கனு சொல்றாங்க, பயமா இருக்குக்கா... ஊருக்குப் போயிரலாம்னு இருக்கேன்."

"நம்மளை என்ன செய்யப்போகுது... நீ பயப்படாதே" என்றாள்.

"அப்போ நாம கடையை மூட வேண்டாமா?"

"சும்மா பயமுறுத்துறாங்க. ரெண்டு நாள்லே எல்லாம் சரியாகிடும் பாரு" என்றாள்.

பாபு அதை நம்பியவன் போல தலையாட்டிக் கொண்டு சென்றான்.

ஆனால் அப்படி சொன்னது எவ்வளவு முட்டாள்தனம் என சில நாட்களிலே புரிந்துவிட்டது. தேசம் முழுவதும் லாக்டவுன் அறிவித்திருந்தார்கள். வீட்டை விட்டு யாரும் வெளியேறக் கூடாது என்று அறிவிப்பு வெளியானது. பலசரக்கு கடைகள் மற்றும் காய்கறிக்கடைகள் மட்டும் குறிப்பிட்ட நேரத்தில் இயங்கின.

பேருந்து ரயில் விமானம் எதுவும் இயங்கவில்லை. பலசரக்கு கடைகள் காலை இரண்டு மணி நேரம் மட்டுமே இயங்கின. டீக்கடைகள், உணவகங்கள் திறக்கப்படவில்லை. சாலையில் மனித நடமாட்டமேயில்லை திடீரென மாநகரம் தலையை உள்ளுக்குள் இழுத்துக் கொண்ட ஆமை போலாகிவிட்டது.

எப்போது கடையை மீண்டும் திறக்க முடியும் எனத் தெரியாத சூழலில் அப்பாவும் அவளும் பறவைக்கூண்டுகள் அனைத்தையும் வீட்டிற்குக் கொண்டுவருவது எனத் தீர்மானம் செய்தார்கள்.

விடுமுறை நாளில்கூட யாராவது ஒருவர் கடைக்குப் போய் பறவைகளுக்கான தானியமோ, பழமோ கொடுத்துவருவது வழக்கம். ஃபின்ச், கோல்டியன் ஃபின்ச், டைமண்ட் டவ், ஃபான் சேடில் பேக் பைட், கிரே சேடில் பேக் பைட், வயலட் பிஷ்ஷர், லுட்டினோ, ஆப்ரிக்கன் கிரீன் பீச், காக்டெய்ல், அல்பீனோ மாங்க் என விதவிதமான பறவைகள் அவர்களிடமிருந்தன.

அத்தனை பறவைக் கூண்டுகளையும் அவர்கள் இடம் மாற்றியதேயில்லை. ஆனால் இந்த லாக்டவுன் நீடித்துக் கொண்டே போகும் சூழலில் அவற்றைக் கடையிலே வைத்திருக்க முடியாது என்று உணர்ந்து கொண்ட அப்பா மணித்மாமாவை துணைக்கு அழைத்துக் கொண்டு ஒரு வேனில் பறவைக்கூண்டுகளை ஏற்றி வீட்டிற்குக் கொண்டு வந்திருந்தார்.

அவர்கள் குடியிருந்தது ஒரு அடுக்குமாடிக் குடியிருப்பு. அதுவும் சிங்கிள் பெட்ரூம் வீடு. அப்பா தன் சேமிப்பில் இருந்த பணத்துடன் லோன் போட்டு அந்த சிறிய வீட்டை வாங்கியிருந்தார். இன்னும் லோன் கட்டி முடியவில்லை.

ஜோதிநகர் ஐந்தாவது தெருவின் கடைசியில் அந்தக் குடியிருப்பு இருந்தது. முப்பத்தியாறு கூண்டுகள். அதற்குள்

விதவிதமான பறவைகள். வீட்டிற்குள் அத்தனைக் கூண்டுகளையும் வைக்க இடமில்லை. ஆனால் பறவைகளை மொட்டை மாடியில் வைக்க குடியிருப்பு நிர்வாகி அனுமதிக்க வில்லை. அப்பா முதன்முறையாக அன்றுதான் கோபமாக சண்டையிடுவதை கார்த்திகா பார்த்தாள்.

"மொட்டைமாடியை யாரும் யூஸ் பண்ணக்கூடாது. கொரோனா எப்படிப் பரவுதுனு யாருக்குத் தெரியும். உங்க வீட்ல இடம் இல்லேன்னா... வேற எங்கேயாவது கொண்டுகிட்டுப் போங்க. நான் மொட்டைமாடி கதவை பூட்டு போட்டுப் பூட்டப்போறேன்" என்றார் நிர்வாகி.

வேறுவழியில்லாமல் அவர்கள் அத்தனை பறவைக் கூண்டுகளையும் வீட்டிற்குள்ளாகவே வைத்தார்கள். ஹாலில், சமையலறை மேடையில், படுக்கை அறையில், குளியலறைக்குள் எனக் கிடைத்த இடத்தில் எல்லாம் கூண்டினை வைத்தார்கள். திடீரென அவர்கள் வீடு மிகப் பெரிய பறவைக்கூண்டு போலாகிவிட்டதாகத் தோன்றியது.

சாலையின் பரபரப்பைக் கேட்டுப் பழகியிருந்த பறவைகளுக்கு வெளிச்சமற்ற வீட்டின் சிறிய அறையின் நெருக்கடியும் நீடித்த நிசப்தமும் தொந்தரவு செய்திருக்க கூடும். சில பறவைகள் விட்டுவிட்டு குரல் கொடுத்தபடியே இருந்தன. பறவைக்கூண்டின் மீது மெல்லிய துணியை மூடி பாதுகாப்பு உணர்வை உருவாக்க முயன்றாள் கார்த்திகா.

அவர்கள் குடியிருப்பில் ஒருவருக்குக் கொரோனா தொற்று ஏற்பட்டது என்று தெரிய வந்த நாளில் இரவில் ஆம்புலன்ஸ் வந்து அவரை ஏற்றிக் கொண்டு போனது. குடியிருப்பிற்குள் இருப்பவர்கள் வெளியே வரத் தடை செய்து நோட்டீஸ் ஒட்டப்பட்டது. வீடு வீடாக மருத்துவப் பரிசோதனை நடைபெற்றது. அவர்களுக்குப் பால் கொண்டு வந்து போடுகிறவர் இதற்கு மேல் பால் விநியோகம் செய்ய முடியாது என்று நிறுத்திக் கொண்டுவிட்டார். வாட்டர் கேன் கிடைப்பதும் நின்று போனது. மருத்துவத் துறை உதவியாளர்களே தேவையான காய்கறிகள், பழங்களைக் கொண்டு வந்து கொடுத்தார்கள். நுழைவாயிலில் டெட்டால் கலவையில் சுத்தம் செய்த பிறகு தான் வீட்டோர் உள்ளே எடுத்துப் போனார்கள். அன்றாடம் களப்பணியாளர்கள் மூலம் அவர்களின் உடல் உஷ்ணம் கணக்கெடுக்கப்பட்டது.

அவர்கள் வீட்டுக் கதவைப் பகலில் கூட மூடியே வைத்திருந்தார்கள்.

இந்த நெருக்கடியின்போது கைகளைக் கட்டி யாரோ ஒரு இருட்டறையில் தன்னை அடைத்து வைத்திருப்பதைப் போல கார்த்திகா உணர்ந்தாள். வீட்டில் சமைக்கும்போது உணவில் ருசியில்லாமல் போய்விட்டது போலிருந்தது. அப்பா நாள் முழுவதும் தொலைக்காட்சி பார்த்தபடியே இருந்தார். அதில் வெளியாகும் செய்திகள் அச்சத்தை அதிகப்படுத்தின. நள்ளிரவில் கேட்கும் ஆம்புலன்ஸ் ஓசை மரண பீதியை அதிகப்படுத்தியது.

லாக்டவுன் மெல்லத் தீவிரமாகியது. புதிய கெடுபிடிகள். புதிய அச்சம். அந்த அடுக்குமாடிக் குடியிருப்பில் எந்த வீட்டிலும் கதவு திறக்கப்படவில்லை. யாரும் யாரையும் முகம் கொடுத்துப் பார்க்கவில்லை. செய்தித்தாள், வார இதழ்கள் வருவதும் நின்று போனது.

முகக் கவசம் அணிந்துகொண்டு வாட்ச்மேன் தனியே பயத்துடன் உட்கார்ந்திருப்பதை கார்த்திகா ஜன்னல் வழியே பார்த்துக் கொண்டிருந்தாள். அவரது முகத்தில் சாவுக்களை படிந்திருந்தது. அவரும் தனது சொந்த ஊருக்குப் போய்விட ஆசை கொண்டிருந்தார். ஆனால் அங்கே போனால் வருமானம் கிடைக்காது, திரும்பி வந்தால் இந்த வேலை போய்விடும் என்ற நிலை. அவரது முகத்தில் நிர்க்கதி அழுத்தமாக வெளிப்பட்டது.

கொரோனா அச்சம் பலநூறு கால்கள் கொண்ட ராட்சசப் பூச்சியாக உருமாறி அலைந்து கொண்டிருந்தது. தொலைக்காட்சியில் காலைமுதல் இரவு வரை ஓயாத கொரோனா சாவுச்செய்திகள். பாதிக்கப்பட்டவர்களின் எண்ணிக்கை அதிகமாகிக் கொண்டேயிருந்தது. எந்த வீட்டுக் கதவை எப்போது கொரோனா தட்டும் எனத் தெரியாத பீதி. பகலில் கேட்கும் ஆம்புலன்ஸ் சைரனால் திடீரென ஊரே பெரிய சுடுகாடு போல உருமாறியிருந்தது.

வீட்டிற்குள் வந்த சில நாட்களில் கூண்டுப்பறவைகளுக்கு இடம் பழகிப்போயிருந்தது. புறஉலகின் நெருக்கடிகள், அச்சம் எதுவுமின்றி கூண்டுப்பறவைகள் எப்போதும் போல இனிமையாகப் பாடிக் கொண்டிருந்தன. பறவைகளுக்கு உணவு கொடுக்கும்போது சற்றே அவள் மனதில் கொரோனா

அச்சம் வடிய ஆரம்பிக்கும். ஆனால் அது சில நிமிஷங்களில் வடிந்தோடிவிடும். உப்பில்லாத உணவைப் போல மாறியிருந்தது அவளது நாட்கள்.

அப்பா மாறி மாறித் தொலைக்காட்சி செய்திகளைக் கேட்டுக் கொண்டேயிருந்தார். அதில் வரும் செய்திகள் அவரை மனந்தளரச் செய்தன. வெளியேற வழியில்லாமல் மாட்டிக் கொண்டது போல உணர்ந்தார். அந்த வீடு ஒரு பெரிய கூண்டு போலவும் தான் அதற்குள் மாட்டிக் கொண்டுவிட்டதாகவும் உணர்ந்தார். அடுத்து என்ன ஆகும் என்பதைப் பற்றி அவராகக் கற்பனை செய்தார். குழப்பமாகவும் பயமாகவும் இருந்தது.

ஒரு நாள் அதிகாலையில் பால் வாங்குவதற்காக அப்பா கதவைத் திறந்து வெளியே வந்தபோது வாட்ச்மேன் அவரிடம் சொன்னான்:

"உங்க ஜன்னல் திறந்து இருக்கறதாலே நிறைய பறவைகள் சப்தம் கேட்க முடியும். அதனாலே தைரியமா இருக்கேன். இல்லாட்டி பயத்துல செத்துப் போயிருப்பேன்."

"வேணும்னா ஒரு பறவைக்கூண்டைத் தர்றேன். பக்கத்துல வச்சிக்கோங்க."

"பறவை வழியா வைரஸ் வந்துட்டா என்ன செய்றது?"

"அப்படி வராது."

"வைரஸ் எப்படிப் பரவுதுனு யாருக்கும் தெரியலை. கூண்டுப்பறவை வேண்டாம் சார். ஜன்னலை மட்டும் மூடிவைக்காதீங்க" என்றார் அந்த வாட்ச்மேன்.

அப்பா தலையாட்டியபடியே பால் வாங்கச் சென்றார். அவர் சென்ற வீதியில் ஒரு ஆளைக்கூட காணமுடியவில்லை. தெரு முனையைக் கயிறுகட்டித் தடுத்திருந்தார்கள். பிள்ளையார் கோவிலை ஒட்டிய கடையில்தான் பால் வாங்குவது வழக்கம். ஆனால் அந்தக் கடை திறக்கவில்லை. ரெயின்போ ஸ்டோர் வரை நடந்து போய் பால்பாக்கெட் வாங்கி வந்தார். அந்த ஸ்டோரும் சில நாட்களில் மூடப்பட்டது. பகலின் சிறகுகள் முறிந்து போயின. ஏன் இவ்வளவு நீண்டதாகப் பகலிருக்கிறது என்ற எரிச்சல், கோபம், ஆதங்கம் பலருக்கும் ஏற்பட்டது.

வீட்டில் பறவைகளுக்குப் போடுவதற்காக வைத்திருந்த தானியங்கள், பழங்கள் குறைந்துவிட்டது. அப்பா தைரியமாகத் தனது ஸ்கூட்டரை எடுத்துக் கொண்டு தி.நகர் வரை போய்வந்தார். நான்கு இடங்களில் போலீஸ் தடுத்து நிறுத்தி விசாரித்தார்கள் என்றார். அதில் ஒரு போலீஸ்காரர் பறவைகளுக்காக இப்படி வெளியே அலையாதீர்கள் என்று கண்டித்து அனுப்பி வைத்திருக்கிறார்.

இதைப்பற்றி கிரிதரன் மாமாவிடம் அப்பா போனில் பேசும்போது அவர் தான் செங்கல்பட்டிலுள்ள தனது பண்ணையிலே வசிப்பதாகவும் சிட்டிக்குள் வர இயலாது என்றும் சொன்னார்.

"நாம இப்போ வேறவேற நாட்டில இருக்கிற மாதிரி பீல் பண்ணுறேன். இந்த போன் மட்டும் இல்லேன்னா அவ்வளவுதான். நீ வேணும்னா ஈபாஸ் வாங்கிட்டு வரலாம்."

"அங்கே வந்து என்ன செய்றது.?'

"பேச்சுத் துணையாவது இருக்குமே."

"எதைப் பற்றி பேசினாலும் மனசுல கொரோனாதான் இருக்கு. அதை மறக்கமுடியாதுல்லே."

"நாம என்ன செய்றது சொல்லு."

"ஆமா, நாம என்ன செய்றது" என அப்பா ஆதங்கமாகக் கேட்டார். அந்தக் கேள்வி அவரது கேள்வி மட்டுமில்லை.

•••

லாக்டவுன் நாட்கள் தொடர்ந்தபடியே இருந்தன.

இத்தனை பறவைகளை எப்படிப் பராமரிப்பது. இன்னும் எத்தனை நாட்கள் அடைந்து கிடப்பது என்று தெரியவில்லை என்று அப்பா குழப்பமடைந்து போனார். அவரது கையிருப்பில் இருந்த பணம் குறைந்துகொண்டே போனது.

1982இல் கூண்டுப்பறவைகள் விற்கும் கடையை அப்பா துவங்கினார். அப்போது அவருக்குத் திருமணம் ஆகியிருக்கவில்லை.

அப்பா எதற்காகப் பறவைகள் விற்பனை செய்யும் தொழிலை ஆரம்பித்தார் என்று அவளுக்குப் புரியவேயில்லை.

உண்மையில் அப்பா புத்தகம் படிப்பதில்தான் அதிக ஆர்வம் கொண்டிருந்தார். நூலகராக வேண்டும் என்று ஆசைப்பட்டார். ஆனால் அது நிறைவேறவில்லை.

ஒருவேளை அம்மாவும் கூண்டுப்பறவை வாங்க வந்தவளாக தான் இருப்பாளோ. ஒருமுறை அம்மா பேச்சுவாக்கில் சொன்னாள்.

"உங்கப்பாவை எனக்குக் கல்யாணத்துக்கு முன்னாடியே தெரியும்."

எப்படித் தெரியும் என்று சொல்லவில்லை. பெற்றவர்களின் கடந்த காலம் பிள்ளைகளுக்கு முழுமையாகத் தெரியாதுதானே.

கூண்டுப்பறவைகள் விற்கும் கடையை எதற்காகக் காலை எட்டரை மணிக்குத் திறந்து வைக்க வேண்டும். யார் அவ்வளவு காலையில் வந்து பறவைகள் வாங்கப் போகிறார்கள். ஆனாலும் அப்பாவிற்குக் கடையைக் குறித்த நேரத்தில் திறந்து வைத்துவிட வேண்டும்.

கடையினுள் தெற்கு பார்த்துப் போடப்பட்ட மரமேஜை. சுழலும் நாற்காலி. மேஜையின்மீது பழைய காலத்து டெலிபோன். பாக்கெட் ரேடியோ, டெலிபோன் டைரக்டரி சைசில் பறவைகள் பற்றிய ஆங்கிலப் புத்தகம். அப்பா அடிக்கடி ஏலத்தை எடுத்து வாயிலிட்டு மெல்லுவார் என்பதால் ஒரு சிறிய மரப்பெட்டியில் ஏலம் போடப்பட்டிருக்கும். சுவரில் கரூர் வைஸ்யா பேங்க் காலண்டர். ஐந்தாறு சாமிபடங்கள். தண்ணீர்பானை. தூசி தட்டுவதற்கான துடைப்பான். இந்தப் பொருட்களில் ஒன்றுகூட இத்தனை வருஷங்களில் மாறவேயில்லை. இன்றைக்கும் அவர்கள் கடையில் கம்ப்யூட்டர் கிடையாது. பில் புக்தான். அப்பாவிற்கு முதுகுவலி வந்தபிறகு சாய்வு நாற்காலி ஒன்று வாங்கிக் கொண்டார். அதுதான் ஒரே புதிய வரவு.

ஹெவன் என்ற அவர்களின் கடையின் பெயர்ப்பலகையை ஸ்ரீதர் மாஸ்டர்தான் வடிவமைத்துக் கொடுத்தார். ஹெவன் என்ற எழுத்தின்மீது பறவைகள் அமர்ந்திருப்பது போல வரைந்திருந்தார்.

ஸ்ரீதர் மாஸ்டர் வீட்டில் காதல்கிளிகள் இருந்தன. அப்பாவிடம் பேசிக் கொண்டிருப்பதற்காகவே அவர்

கடைக்கு வருவார். நிறைய நேரம் அவர்கள் மௌனமாக உட்கார்ந்திருப்பார்கள். பின்பு ஒரு தேநீர் குடிப்பார்கள். சில நேரம் ஏதாவது புத்தகம் பற்றிப் பேசிக் கொள்வார்கள். ஸ்ரீதர் மாஸ்டர் கொரோனாவில் இறந்து போனார் என்பதை லாக்டவுனில் ஒரு நாளிரவு அப்பா போனில் தெரிந்து கொண்டார். உடலை வீட்டோரிடம் ஒப்படைக்காமல் மருத்துவமனை நிர்வாகமே புதைத்துவிடும் என்றார்கள். கடைசியாக அவரைப் பார்க்க முடியாமல் போனது அப்பாவிற்கு மிகவும் வருத்தமாக இருந்தது.

அவர்கள் கடைக்குப் பறவை சப்ளை செய்வதற்கென சிலர் இருந்தார்கள். அவர்களில் சிலர் பறவைகளை இனப்பெருக்கம் செய்ய வைத்து விற்பனை செய்தார்கள். சிலர் வெளிமாநிலங்களிலிருந்து வாங்கி வருவார்கள். அதில் கிரிதரன் வரும் போதுதான் அவள் மிகவும் சந்தோஷம் அடைவாள். கிரிதரன் ஆறடிக்கும் அதிகமான உயரம். ஏறுநெற்றி. பெரிய புருவங்கள். எப்போதும் டீசர்ட் தான் அணிந்திருப்பார். அதுவும் வெள்ளை பேண்ட். ஆரஞ்சு அல்லது சிவப்பு டீ சர்ட். அவரை நினைத்தாலே அந்த உடைகள் நினைவிற்கு வந்துவிடுவது வழக்கம். அவர் ஒவ்வொரு முறை வரும் போது புதுப்புது இனிப்பு வகைகளை வாங்கி வந்து அவளுக்குக் கொடுப்பார். இத்தனை இனிப்புகளை எப்படிக் கண்டுபிடிக்கிறார் என்று வியப்பாக இருக்கும்.

கிரிதரன் ஒரு பறவைப் பண்ணை நடத்துகிறார் என்று அப்பா சொன்னார். அங்கே உலகின் அரிய பறவைகளை வளர்த்து வருகிறார். அவரிடமுள்ள கிளி இனங்கள் இந்தியாவிலே யாரிடமும் கிடையாது என்றார் அப்பா.

ஒரு இரவு கிரிதரன் அவர்களைத் தனது பண்ணைக்கு வந்துவிடும்படியாக அழைத்தார்.

"இல்லை கிரி... இங்கேயே சமாளிச்சிக்கிடுறேன். என்னாலே வீட்டை விட்டு வர முடியாது."

"அப்போ கார்த்திகா வரட்டும். இங்கே காலாற நடக்க இடமிருக்கு."

"அவளை அனுப்பிட்டா நான் சாப்பாட்டுக்கு என்ன செய்றது?"

"அதுக்காக எத்தனை நாள் வீட்டுக்குள்ளே அடைஞ்சி கிடப்பீங்க."

"நான் மட்டுமா அடைஞ்சிக்கிடக்கேன். ஊரே அப்படி தானே இருக்கு"

"இன்னும் எத்தனை நாளைக்குனு தெரியலை."

"நாளா, வருஷமானு கவலையா இருக்கு."

அதற்கு மேல் அவர்கள் பேசிக் கொள்ளவில்லை. ஆனால் போனைத் துண்டிக்காமல் மௌனமாக வைத்துக் கொண்டிருந்தார்கள். நீண்ட பெருமூச்சின் பின்பு அப்பா போனைத் துண்டித்தார்.

கார்த்திகா சொன்னாள்:

"நீங்க வேணும்னா... பத்துநாள் போய் இருந்துட்டு வாங்கப்பா. நான் சமாளிச்சிக்கிடுவேன்."

"வேண்டாம்மா, இங்கேயே இருப்போம்."

...

ஒவ்வொரு நாளும் செல்லப்பறவைகள் வளர்க்கிறவர்களில் யாராவது சிலர் அவர்களைத் தொடர்புகொண்டு ஆலோசனை கேட்டார்கள். சிலர் புதிய பறவையை வாங்க விரும்பினார்கள். ஒரு நாள் சூளைமேட்டில் இருந்து நடராஜன் என்பவர் பேசினார். அவரது பக்கத்துவீட்டில் வசித்தவர் கொரோனா பாதித்து மருத்துவமனைக்குப் போய்விட்டார். அவர் வளர்த்த கிளிகளுக்கு எவரும் உணவளிக்கவில்லை. நீங்கள் வந்து அதுங்களை எடுத்துக் கொண்டு போக முடியுமா?"

"அட்ரஸ் சொல்லுங்க" என்று அப்பா குறித்துக் கொண்டார்.

ஆனால் அப்பாவிற்குப் பதிலாக கார்த்திகா தானே போக விரும்பினாள். அப்பாவின் பழைய ஸ்கூட்டரை எடுத்துக் கொண்டு அவளே சூளைமேட்டிற்குச் சென்றாள். வழியில் தடுப்புகள். காவல்துறையின் விசாரணை. அந்த முகவரியில் இருந்த வீட்டிற்குச் சென்றபோது பிளாட் கதவு மூடியிருந்தது. கொரோனா பாதித்த கிழவர் நேற்றிரவு இறந்துவிட்டார் என்பதால் இந்த வீட்டைத் திறக்கமுடியாது என்றார் வாட்ச்மேன்.

“வீட்டில் இருக்கும் கிளிக்கூண்டை மட்டும் எடுத்துக் கொடுங்க” என்றாள் கார்த்திகா

“அவரே செத்துப்போயிட்டார். இனி அந்த கிளி இருந்தா என்ன செத்தா என்ன” என்றார் வாட்ச்மேன்.

“வீட்டு சாவி உங்ககிட்ட இருந்தா குடுங்க. நானே எடுத்துகிடுறேன்.”

“உள்ளே போனா உங்களுக்கும் கொரோனா வந்துடும்.”

“பரவாயில்லை. சாவியைக் குடுங்க.”

திரும்பத் திரும்ப அவள் வற்புறுத்திய பிறகு வாட்ச்மேன் சாவியை அவளிடம் கொடுத்தார். ஒரு வாரமாகத் துப்பரவு செய்யப்படாத வீடு. அடைத்து சாத்தப்பட்ட ஜன்னல்கள். பிரிக்கப்படாத உணவுப்பொட்டலத்தில் எழும் துர்வாடை. ஆள் நடமாட்டம் அறிந்துது போல கிளி சப்தமிட்டது. அவள் உள் அறையை நோக்கி நடந்தாள். மரஅலமாரி மீது அந்தக் கிளிக்கூண்டு வைக்கபட்டிருந்தது. அதை வெளியே எடுத்துக் கொண்டு வரும்போது வாட்ச்மேனைக் காணவில்லை. அவள் கூண்டினை வெளியே எடுத்துக் கொண்டு நடந்து வந்தபோது முகக்கவசம் அணிந்த ஒரு ஆள் பயத்தோடு ஒதுங்கிப் போனார். அவள் வீடு வந்து சேருவதற்குள் நான்கு இடங்களில் விசாரணைக்காக நிறுத்தப்பட்டாள். ஒருவரும் கூண்டுக்கிளியைப் பற்றிக் கவலை கொள்ளவில்லை.

•••

நாயை வாக்கிங் அழைத்துச் செல்வது போல அப்பா பறவைக்கூண்டு ஒன்றைக் கையில் பிடித்தபடியே காலையில் நடைப்பயிற்சிக்காக செல்லத் துவங்கினார். வழியில் அதை கவனித்துக் கேட்க எவருமில்லை. மைதானங்கள், பூங்காக்கள் மூடப்பட்டிருந்தன. அவர் கிளை பிரியும் வீதிகளுக்குள் நடந்தார். அவர் வீடு திரும்பும்போது மிகவும் சோர்ந்து போயிருந்தார். நீண்டகால நோயாளியின் முகம் போலாகியிருந்தது அவரது தோற்றம். பகலில் தனது பயத்தை மறைத்துக் கொள்ளத் தொடர்ந்து ஸ்போர்ட்ஸ் சேனலைப் பார்த்துக் கொண்டேயிருந்தார்.

நாளுக்கு நாள் அவரது மனக்குழப்பங்கள் அதிகமாகின. தனது உடல் வெப்பநிலையைப் பலமுறை சோதனை செய்து

கொண்டேயிருந்தார். சிறிய தும்மல் வந்தால்கூட பயந்து போனார். அவரது நண்பர்களில் சிலர் கொரோனா பாதித்து முகாமில் அனுமதிக்கப்பட்டிருந்தார்கள். அவர்களுடன் போனில் பேசும்போது அவர்கள் ஜாலியாக இருப்பதாகச் சொன்னார்கள். அவரால் நம்ப முடியவில்லை.

•••

பின் ஒரு நாள் அவர்கள் குடியிருப்பின் வாட்ச்மேன் எவரிடமும் சொல்லிக் கொள்ளாமல் காணாமல் போயிருந்தான். ஒரு வேளை சொந்த ஊருக்குப் போயிருக்க கூடும். பேருந்து ரயில் எதுவும் இல்லாத நாட்களில் எப்படி போயிருப்பான். சிலர் நடந்தே ஊரை நோக்கிப் போனார்கள் என்றார்கள். அப்படிக் கிளம்பிப் போயிருக்கக் கூடும். காஞ்சிபுரம் பக்கம்தான் அவரது சொந்த ஊர். அவர் கிளம்பிப் போனது அப்பாவை பாதித்தது. அவர் திடீரென ஒரு இரவில் அவளை எழுப்பிக் கேட்டார்.

“எனக்கு கொரோனா வந்துருச்சினு நினைக்கிறேன்.”

“அதெல்லாம் ஒண்ணுமில்லைப்பா. நீங்க நார்மலா தான் இருக்கீங்க.”

“நான் செத்துப் போயிட்டா. நீ இந்தப் பறவைகளை வச்சிக்கிட்டு என்ன செய்வே?”

“ஏன் இப்படிப் பேசுறீங்க?”

“நான் நாளைக்கு கொரோனா டெஸ்ட் எடுக்கப்போறேன். ஏதாவது ஒண்ணு ஆகிட்டா நீ எப்படித் தனியா இருப்பே?”

“அதெல்லாம் ஒண்ணும் ஆகாது.”

“கிரியை வரச்சொல்லி இந்த பேர்ட்ஸைக் குடுத்துருவமா?”

“ஏன் இப்படிப் பயப்படுறீங்க?”

“உங்கம்மா இருந்தா எனக்கு இந்த பயம் வந்துருக்காது.”

அது உண்மை. அம்மா இருந்திருந்தால் வீட்டின் சூழல் இவ்வளவு இறுக்கமடைந்திருக்காது. அவளும் மௌனமாக இருந்தாள். கறுப்புத்துணியால் யாரோ கண்ணைக் கட்டிவிட்டது போல உணர்ந்தாள். இந்த இருட்டு எவரோ உருவாக்கியது. அதிலிருந்து விடுபட முடியாது.

அன்றிரவு உறக்கமில்லாமல் நீண்ட நேரம் போராடினாள். விடிகாலையில் அவளை அறியாமலே உறக்கம் கூடியது.

...

அவள் விழித்துக் கொண்டிருந்தபோது வெயிலேறியிருந்தது. மணியைப் பார்த்தாள் பத்தரைக்கு மேலாகியிருந்தது. இவ்வளவு நேரம் தூங்கிவிட்டோமே எனக் கூச்சம் கொண்டவள் போல அவள் சமையலறையை நோக்கிச் சென்றபோது ஹாலில் டிவி ஓடிக் கொண்டிருந்தது. அப்பாவைக் காணவில்லை. எங்கே போனார். ஒருவேளை ஆர்டிபிசிஆர் டெஸ்ட் எடுக்கப் போயிருப்பாரோ என்று குழப்பமாக இருந்தது. அவருக்கு போன் செய்தாள். போனை அவர் எடுக்கவில்லை. வீட்டைப் பூட்டிக் கொண்டு ஆரம்ப சுகாதார மையத்தை நோக்கி நடந்து போனாள். அங்கேயும் அப்பாவைக் காணவில்லை. கிரிதரன் மாமாவிற்கு போன் செய்து விசாரித்தாள். அவரும் தனக்குத் தெரியாது என்றார். அப்பா எங்கே போயிருப்பார் என்று கவலையாக இருந்தது. பின்மதியத்தில் அப்பா திரும்பி வந்தபோது அவரது முகத்தில் சொல்லமுடியாத பயமும் குழப்பமும் படிந்திருந்தது.

"எங்கப்பா போயிட்டீங்க?" என்று சற்றே கோபமாகக் கேட்டாள்.

"பீச்சுக்குப் போயிருந்தேன். திடீரென கடலைப் பாக்கணும்னு தோணுச்சி. கடற்கரையில ஒரு ஆள்கூட இல்லை. கடலைப் பாக்கவே பயமா இருக்கு."

"பீச் வரைக்கும் நடந்தா போனீங்க?"

"ஆமா. ஸ்கூட்டர்ல போனா போலீஸ் பிடிக்கிறாங்க."

"ஏன்பா இப்படி செய்றீங்க?"

பதில் பேசாமல் தலைகவிழ்ந்து நின்றார். இதற்கு மேல் கேட்க என்ன இருக்கிறது என்று அவரைச் சாப்பிட அழைத்தாள். தட்டில் போடப்பட்ட சோற்றை ஒவ்வொரு பருக்கையாகக் கடித்துக் கொண்டிருந்தார் அப்பா.

...

அப்பா இப்படி இருந்தால் என்ன செய்வது. அவரை எப்படித் தேற்றுவது எனத்தெரியவில்லை. வேண்டுமென்றே அவரிடம் பழைய நினைவுகளைப் பற்றிக் கேட்டுக்

கொண்டேயிருந்தாள். பதில் சொல்வதில் அவருக்கு விருப்பமில்லை என்று புரிந்தது.

அன்றிரவு திருக்கார்த்திகைக்குத் தீபங்கள் ஏற்றி வைப்பது போல வீடு முழுக்க தீபங்களை ஒளிர செய்தாள். அப்பாவிற்கு அவ்வளவு தீபங்கள் ஏற்றி வைக்கப்படுவது மகிழ்ச்சி அளித்தது. அவர் ஆசையாக அகல் விளக்குகளை பறவைக்கூண்டுகளின் அருகில் கொண்டுபோய் வைத்தார். வீடு முழுவதும் ஒளிரும் விளக்குகள். அந்த மாயவெளிச்சத்தினைக் கண்டு பறவைகள் குரல் எழுப்பின. அப்பா வீட்டுவாசலைத் திறந்து அபார்ட்மெண்ட் கேட் முன்பாகவும் சில விளக்குகளை வைத்தார். யாரும் அதைக் கண்டுகொள்ளவில்லை.

வீடு முழுவதும் அகல்விளக்குள் ஏற்றப்பட்ட சந்தோஷத்தில் அவர் சொன்னார்:

"வேற உலகத்தில இருக்கிற மாதிரி இருக்கும்மா."

கூண்டுப்பறவைகளுக்கு உலகம் சிறியது. அதற்குள் என்ன மகிழ்ச்சியை அனுபவித்துவிட முடியும். ஆனாலும் அது சில வேளைகளில் தன்னை மறந்து இனிமையான குரல் எழுப்புகிறதே. அது போலவே அப்பாவின் செயலும் இருப்பதாகத் தோன்றியது.

அப்பாவை மேலும் மகிழ்ச்சிப்படுத்த அவள் கைவிரல்களைக் கொண்டு நிழல் உருவங்களைச் சுவரில் உருவாக்க ஆரம்பித்தாள்.

சிறுபிள்ளை போல அப்பாவும் தன் கைகளால் ஒரு வாத்தை உருவாக்கி அதை சுவரில் நீந்தச் செய்தார்.

இன்னும் எவ்வளவு நாட்களுக்கு லாக்டவுன் நீடிக்கப் போகிறதோ. அதுவரை அப்பாவை எப்படிக் காப்பது என்று அவளுக்குக் கவலையாக இருந்தது. அதைக் காட்டிக் கொள்ளாமல் அவள் விரலால் ஒரு நிழல் மானை உருவாக்கினாள். அது அப்பாவின் வாத்தை முந்திக் கொண்டு துள்ளிப் பாய்ந்தது.

O

7

அஜந்தா கண்ணாடி

அவன் கண்ணாடியை உடைத்தபோது மணி நான்கு இருபது.

பள்ளிவிட்டுத் திரும்பியதும் எதற்காக முகம் பார்க்கும் கண்ணாடியை எடுத்தான் என்று அவனுக்கே புரியவில்லை. ஆனால் அலமாரியின் நடுத்தட்டில் சாய்த்து வைக்கப்பட்ட கண்ணாடி கைதவறி விழுந்து சில்லுசில்லாகச் சிதறியதைக் கண்டதும் பயத்துடன் குனிந்து எடுத்து ஒட்டவைக்க முயன்றான்.

உடைந்த சில்லுகளில் துண்டுதுண்டாக அவனது உருவம் காட்சியளித்தது விநோதமாக இருந்தது.

அம்மா வருவதற்குள் கண்ணாடியை ஒட்ட வைத்துவிட வேண்டும். இல்லாவிட்டால் அடி வாங்கி முடியாது.

அம்மா மிளகாய் வத்தல் பொடி தயாரிக்கும் பேக்டரி ஒன்றில் வேலை செய்கிறாள். ஆறு மணிக்கு வேலை விடுவார்கள். அவள் சேலை முழுவதும் வத்தல் நெடியிருக்கும். கிட்டப்போனால் தும்மல் வந்துவிடும். வத்தல் காரத்துல உடம்பு எரியுது என்று சொல்லிக் கொண்டேயிருப்பாள்.

வெறும் கண்ணாடி என்று அம்மா ஒருபோதும் சொல்ல மாட்டாள். அஜந்தா கண்ணாடி என்றே சொல்லுவாள். அஜந்தா என்ற பெயர் கண்ணாடியின் பின்னால் சிவப்பு நிறத்தில் அச்சிடப்பட்டிருந்தது.

காலை நேரம் கண்ணாடியில் முகம் பார்த்துக் கொள்ளும்போது மட்டுமே அம்மாவின் முகத்தில் சாந்தமிருக்கும். மற்ற நேரங்களில் சிடுசிடுப்பும் எரிச்சலும் ஆத்திரமுமாகவே இருப்பாள். கோபம் அதிகமாகிவிட்டால்

தோசைக்கரண்டியாலே அடிப்பாள். இன்றைக்கு எதில் அடிக்கப்போகிறாளோ என்று பயமாக இருந்தது.

காகிதத்தை ஒட்ட வைக்கப் பசை இருப்பதைப் போல எதை வைத்துக் கண்ணாடியை ஒட்டவைப்பது என்று அவனுக்குத் தெரியவில்லை. அப்பா சைக்கிள் பஞ்சர் ஒட்டுவதற்காக வைத்திருந்த பசை ஒன்றைத் தேடிப்பிடித்து அதைக் கண்ணாடி சில்லில் தடவி ஒட்டவைத்துப் பார்த்தான். கண்ணாடி ஒட்டிக் கொள்ளவில்லை.

இந்தக் கண்ணாடிக்கு ஏன் இவ்வளவு பிடிவாதம் என்று எரிச்சலாக வந்தது. ஏதாவது மந்திரம் போட்டால் கண்ணாடி ஒட்டிக் கொள்ளும் என்று தோன்றியது. என்ன மந்திரம் போடுவது. வாய்க்கு வந்தபடி ஏதோ சொன்னான். உதடு சுழித்து அவன் மந்திரம் போடுவது ஒரு உடைந்த கண்ணாடி சில்லில் தெரிந்தது.

கண்ணாடி ஒட்டிக் கொள்ளவில்லை.

ஒருபுறம் கோபமும் மறுபுறம் அடிவாங்கப்போகும் பயமும் ஒன்று சேர்ந்து கொண்டது. வீட்டின் பின்புறமிருந்த முருங்கை மரத்திலிருந்து ஒரு மைனா அவனைக் கேலி செய்வது போலச் சப்தமிட்டுக் கொண்டிருந்தது எரிச்சலை அதிகப்படுத்தியது.

இன்றைக்கு ஏன் பள்ளி மூன்று நாற்பதிற்கே விட்டது. ஏன் விளையாடப் போகாமல் நேராக வீடு திரும்பி வந்தோம் என்று பள்ளியின்மீதும் கோபமாக வந்தது.

எத்தனையோ நாள் கண்ணாடியை இப்படிக் கையில் எடுத்துப் பார்த்திருக்கிறோம் அப்போதெல்லாம் நழுவி உடையவில்லையே. இன்றைக்கு என்ன கேடு வந்துவிட்டது என்று ஆத்திரமாக இருந்தது.

உடைந்த கண்ணாடித் துண்டுகளைப் பார்த்து எச்சில் துப்பினான். கண்ணாடி சில்லில் எச்சில் வழிந்தோடுவது அழகாக இருந்தது.

அம்மா வருவதற்குள் கண்ணாடியை ஒட்டவைக்க முடியாது. பேசாமல் புதுக்கண்ணாடி ஒன்றை வாங்கி வந்து வைத்துவிட்டால் நல்லது என்ற யோசனை உருவானது.

அஜந்தா கண்ணாடி என்ன விலையிருக்கும். காசிற்கு எங்கே போவது. அம்மா பருப்பு டப்பாவில் ரூபாயை ஒளித்து வைத்திருப்பதைக் கண்டிருக்கிறான். அதில் தேடினால் நிச்சயம் ரூபாய் கிடைக்கக் கூடும். ஒருவேளை அம்மா கண்டுபிடித்துவிட்டால் ஸ்கூலில் டிராயிங் நோட் வாங்கச் சொன்னார்கள் என்று பொய் சொல்லிவிடலாம் என்று நினைத்துக் கொண்டான்.

பருப்பு டப்பாவில் பத்து ரூபாய்த் தாள் ஒன்று கசங்கிய நிலையிலிருந்தது. அதை முகர்ந்து பார்த்தபோது பருப்பு வாசனை அடித்தது.

அவசரமாக வெளியே புறப்பட்டான். அவனது தங்கை பள்ளிவிட்டு வருவதற்குள் திரும்பி வந்துவிட வேண்டும் என்றும் பதைபதைப்பாக இருந்தது. உடைந்த கண்ணாடி சில்லுகளைப் பொறுக்கிக் கொண்டு போய் வேலிப்புதர்களுக்குள் வீசி எறிந்தான். வேலிப்புதரில் மேய்ந்து கொண்டிருந்த ஒரு கோழி கண்ணாடி சில்லில் முகம் பார்த்தது.

கதவைச் சாத்தி வெறுமனே தாழ்ப்பாள் போட்டுவிட்டு பஜாரை நோக்கி நடந்தபோது யாரோ தன் பின்னால் வருவது போலவே தோன்றியது. தவறு செய்யும் போதெல்லாம் உடல் கனமாகிவிடுவது அவனுக்கு மட்டும்தானா என்று குழப்பமாகயிருந்தது.

பஜாருக்குப் போகும்வழியில் முகம் பார்க்கும் கண்ணாடி இல்லாத வீடு ஏதாவது இருக்குமா என்று நினைத்துக் கொண்டான். அந்த நினைப்பு கண்ணாடி பார்க்காத ஆள் யாராவது இருப்பார்களா என்றும் மாறியது. ஒரு ஊரில் மொத்தம் எவ்வளவு கண்ணாடிகள் இருக்கும். இதுவரை எவ்வளவு கண்ணாடிகளை உடைத்திருப்பார்கள். இப்படிக் குழப்பமான யோசனைகளுடன் அவன் நடந்து கொண்டிருந்தான்.

ஜெசிந்தா டீச்சர் வீட்டில் அவர்கள் வளர்க்கும் கறுப்புப் பூனை ஒரு நாள் கண்ணாடியில் முகம் பார்த்துக் கொண்டிருப்பதைக் கண்டிருக்கிறான். பூனை ஏன் முகம் பார்த்துக் கொள்கிறது எனப் புரியவில்லை.

அவனது வகுப்பிற்கு வரும் நிர்மலா டீச்சர் தனது ஹேண்ட் பேக்கில் தங்கநிற மடக்குக் கண்ணாடி வைத்திருப்பாள்.

பகலின் சிறகுகள் ♦ 71

வகுப்பு முடிந்து வெளியே போகும் போது அதில் தன்னைப் பார்த்துக் கொள்வாள்.

அதைப் பற்றி ஒரு நாள் எல்.ராணியும் திவ்யாவும் பேசிக் கொண்டிருந்ததை அவன் ஒட்டுக் கேட்டிருக்கிறான். டீச்சர் ரொம்ப ஸ்டைல் பண்றா என்று திட்டிக் கொண்டிருந்தார்கள். நிர்மலா டீச்சரை விடவும் ஜெசிந்தா டீச்சர்தான் அழகு என்றார்கள். அவனுக்கு என்னவோ இருவரையும்விட தங்கபுஷ்பம் டீச்சர் தான் அழகியாகத் தோன்றினாள். பெண்கள் கண்ணுக்கு அழகு வேறாகத் தெரியும் போலும்.

எப்போது கண்ணாடி பார்த்தாலும் அவன் முகம் அவனுக்குப் பிடிக்காது. உர்னு கடுவான் மாதிரி இருக்கே என்பாள் தங்கை.

அம்மா தங்கைக்குத் தலை சீவி விடும்போது அவள் கையிலே கண்ணாடியைக் கொடுத்துவிட்டு அசையாமல் உட்காரு என்பாள். ஆனால் தங்கையால் அப்படியிருக்க முடியாது. அசைந்தபடியே இருப்பாள். இதற்காக அவளது தலையில் கொட்டு விழும். கன்னத்தில் குழி விழுகிறதா என்று தங்கை அடிக்கடி கண்ணாடியில் பார்த்துக் கொண்டேயிருப்பாள். சில நேரம் கண்ணாடியைக் கன்னத்தோடு ஒட்டவைத்துக் கொண்டு ரகசியம் போல ஏதோ பேசிக் கொண்டிருப்பதையும் கண்டிருக்கிறான்.

அவன் தலைசீவி விட்டுத் திருநீறு பூசிக்கொள்ளும் போது மட்டும்தான் கண்ணாடி பார்க்க அம்மா தருவாள். மற்ற நேரங்களில் ஆம்பளை புள்ளைக்கு எதுக்குக் கண்ணாடி என்று திட்டுவாள். இதெல்லாம் அவனுக்குக் குழப்பமான விஷயமாக இருந்தது.

மாலை நேரத்தின் சோம்பல் பஜாரின் மீதும் படிந்திருந்தது. கடந்து செல்லும்போது ஒரு கடையில் கல்லாவிற்கு எதிரே படுக்கை வசமாகக் கண்ணாடி மாட்டி வைக்கப்பட்டிருப்பதைக் கண்டான். இன்னொரு கடையில் தலையாட்டி பொம்மை முன்பாகக் கண்ணாடி இருந்தது. என்னைப் பார் சிரி என்ற கழுதைப்படமும் கண்ணாடி ஒன்றும் சோமன் கடையில் தென்பட்டது. எல்லாக் கடைகளிலும் எதற்காகக் கண்ணாடி வைத்திருக்கிறார்கள் என்று புரியவில்லை. கோவில் பிரகாரத்தில்கூட ஆள் உயரக்

கண்ணாடி வைத்திருக்கிறார்கள். சாமிகூடக் கண்ணாடி பார்த்துக் கொள்கிறது.

மேற்கு பஜாரிலிருந்த நவாப் கடையில் கண்ணாடி விற்பதைக் கண்டிருக்கிறான். அந்தக் கடையில்தான் பபிள்கம், சாக்லேட், அன்ரூல்டு நோட், கண்ணாடி ஸ்கேல் எல்லாம் வாங்கியிருக்கிறான்.

அப்போது வட்டக்கண்ணாடி, மடக்குக் கண்ணாடி போன்றவை ஒரு அலமாரியில் வைக்கப்பட்டிருப்பதைப் பார்த்திருக்கிறான்.

அந்தக் கடையில் ஒரு முறை அருணாவின் மாமா சந்தனப் பவுடர் வாங்குவதைக் கண்டிருக்கிறான். அவர் பவுடர் டப்பாவின் மூடியைத் திருகி அவனது உள்ளங்கையில் பவுடரைத் தெளித்து முகர்ந்து பார்க்கச் சொன்னார். அந்த நறுமணத்தை மறக்கமுடியவேயில்லை. எப்போது நவாப் கடைக்குப் போனாலும் சந்தனப்பவுடர் நினைவிற்கு வந்துவிடும்.

அன்றைக்கு அவன் நவாப் கடைக்குப் போனபோது ரேடியோ பாடிக் கொண்டிருந்தது. அதை நவாப் கேட்கிறாரோ இல்லையோ கடை மூடும்வரை ஓடிக் கொண்டேயிருக்கும். ஆள் துணைக்கு ரேடியோவை வைத்திருக்கிறார் என்பான் முத்து.

நவாப் கடை சற்றே உயரமானது. பலகையில் ஏறி நின்று எக்கினால்தான் அவர் தெரிவார். அழுக்கடைந்த பனியன். சாயம்போன வேஷ்டி. வழுக்கைத் தலை. பெரிய உதடுகள். உப்பிய கன்னம். அவர் உருவத்திற்கும் குரலுக்கும் பொருத்தமே இருக்காது.

அவன் எக்கி நின்று "நவாப்" என்று சப்தமாகக் கூப்பிட்டான்.

ஏதோ நினைப்பில் நவாப் அக்குளைச் சொறிந்து கொண்டிருந்தார். அவனைக் கண்டதும் கையை நீட்டி "சாக்லேட்டா?" என்று கேட்டார்.

"இல்லை, முகம் பார்க்குற கண்ணாடி வேணும்" என்றான்.

"உடைச்சிட்டயா?" என்று கேட்டார் நவாப்.

தனது முகத்திலே கண்ணாடியை உடைத்தவன் என்று எழுதியிருக்கிறதா. எப்படிப் பார்த்தவுடனே கண்டு பிடித்துவிட்டார் என்பது போல நினைத்தபடி பொய் சொன்னான்.

"பூனை தள்ளிவிட்ருச்சி... அதான் எங்கம்மா புதுக் கண்ணாடி வாங்கி வரச் சொல்லுச்சி."

நவாப் எழுந்து ஒரு கண்ணாடியை எடுத்து அவனிடம் நீட்டினார்.

அதைத் திறந்து முகத்தைப் பார்த்தான். இறுக்கமான முகம். அவனுக்கே அவனைப் பார்க்கப் பிடிக்கவில்லை.

"இது பெரிசா இருக்கு... எனக்குச் சின்னதா வேணும்."

"இதுக்கும் சின்னது இல்லை. பாக்கெட் சைஸ் தரவா?"

"அது வேணாம். அஜந்தா கண்ணாடி வேணும்."

"நம்மகிட்ட கிடையாது... சுப்ரமணியசாமி கோவில் கிட்ட இருக்கிற வளையல்கடையில் கேளு."

அவரது பதிலை முழுவதும் கேட்பதற்குள் அவன் கோவில் கடைகளை நோக்கி நடக்கத் துவங்கியிருந்தான். கண்ணாடி விலை அதிகமாக இருந்தால் என்ன செய்வது என்று குழப்பமாக இருந்தது. சாலையில் சில நேரம் சில்லறை காசுகளைக் கண்டெடுத்திருக்கிறான். அப்படி ஒரு கண்ணாடி கண்டெடுக்க முடிந்தால் எவ்வளவு நன்றாக இருக்கும் என்று தோன்றியது.

மிட்டாய்க்கடையில் ஆள் உயரத்திற்குக் கருப்பட்டி மிட்டாய்களை அடுக்கி வைத்திருந்தார்கள். கடைக் கண்ணாடியில் மிட்டாய் தெரிந்தது. லட்டு மிக்சர் கூடக் கண்ணாடி பார்த்துக் கொள்கிறதே என நினைத்தபடியே நடந்தான்.

அம்மாவோடு சில தடவை வளையல் கடைகளுக்குப் போயிருக்கிறான். எப்போதும் அம்மா பிளாஸ்டிக் வளையல்களைத்தான் வாங்குவாள். ஏன் தன்னைப் போன்ற பையன்கள் போட்டுக் கொள்ள வளையல் விற்பதில்லை என்று ஒருமுறை கடைக்காரனிடம் கேட்டிருக்கிறான். அப்படிக் கேட்டதற்காக அம்மா கடையில் வைத்தே அடித்தாள்.

"அது ஒண்ணுதான் குறைச்சல். வளையல் போட்டு பூ வச்சிக்கோ. ரொம்ப லட்சணமா இருக்கும்."

அவனைப் போன்ற பையன்கள் அணிந்து கொள்வதற்கு ஒன்றுமே இல்லையா என்று ஆதங்கப்பட்டிருக்கிறான்.

அதைப்பற்றிப் பள்ளியில் பேசிக் கொண்டிருந்தபோது சிக்ஸ்த் பி படிக்கும் சேகர் கூலிங்கிளாஸ் பசங்கள் மட்டும் தான் போடுவார்கள் என்று சொன்னான். கறுப்புக் கூலிங்கிளாஸ் ஒன்றை உடனே வாங்க வேண்டும் என்று ஆசையாக இருந்தது. அப்பாவிடம் கேட்டால் அதற்கும் அடிப்பார். ஆகவே அந்த ஆசையும் பறிபோய்விட்டது.

சுப்ரமணியசாமி கோவிலை ஒட்டி வரிசையாக நாலைந்து வளையல்கடைகள் இருந்தன. ஒரு கடைக்குள் போய் நின்று 'அஜந்தா கண்ணாடி இருக்கா' என்று கேட்டான்.

பச்சை சேலை கட்டிய மெலிந்த உருவம் கொண்ட ஒரு அக்கா நின்றிருந்தாள். அவள் நெற்றியில் கறுப்பாக ஒரு மச்சமிருந்தது. அவள் சலிப்பான குரலில் கேட்டாள்:

"சின்னதா... பெரிசா?"

பெரிய ஆள் போலச் சொன்னான்:

"காட்டுங்க பார்க்கிறேன்."

அவள் ஒரு கண்ணாடியை எடுத்துக் காட்டினாள்.

"கீழே போட்டா உடையாத கண்ணாடி வேணும்" என்றான்.

சிறிய புன்னகையோடு "கண்ணாடியை உடைச்சிட்டயா?" என்று கேட்டாள் அந்த அக்கா. அவளிடம் பொய் சொல்ல விரும்பாதவன் போலச் சொன்னான்:

"கைதவறிக் கீழே விழுந்துருச்சி."

"எல்லாக் கண்ணாடியும் கீழே விழுந்தா உடையத்தான் செய்யும்" என்று சிரித்தாள். அந்தச் சிரிப்பு ஆறுதல் தருவதாக இருந்தது.

"இது அஜந்தா கண்ணாடியாக்கா?"

"அதெல்லாம் இப்போ வர்றதில்லை. இது மணிமார்க் கண்ணாடி."

பகலின் சிறகுகள் ф 75

“எனக்கு அஜந்தா கண்ணாடிதான் வேணும்.”

“இதுல முகம் பார்த்தா தெரியாதா?”

“அஜந்தா கண்ணாடி இல்லேன்னா நான் வேற கடையில பாத்துக்கிடுறேன்” என்று பொய் கோபத்துடன் சொன்னான்.

அவனது கோபத்தை ரசித்தவள் போலச் சொன்னாள்:

“நாலாவது கடையில் கேட்டுப்பாரு.”

அந்தக் கடையிலும் அஜந்தா கண்ணாடி கிடைக்கவில்லை. ஏமாற்றத்துடன் கடைக்காரரிடம் கேட்டான்.

“உடைஞ்ச கண்ணாடியை ஒட்ட வைக்க முடியுமா?”

“கண்ணாடி உடைஞ்சா வீட்டுக்கு ஆகாது. அதைக் குப்பைலதான் போடணும்” என்றார்.

அதைக்கேட்டதும் அவனது பயம் மேலும் அதிகமானது. கண்ணாடி ஏன் இவ்வளவு மர்மமாக இருக்கிறது.

“பழைய கண்ணாடி எங்கேயாவது கிடைக்குமா?”

“அதெல்லாம் யாரும் விலைக்குத் தரமாட்டாங்க.”

“அப்போ நான் என்ன செய்றது.”

“தேரடியை ஒட்டி பழைய சாமான் கடை இருக்கு,. அங்கே வேணும்னா கேளு” என்றார்.

தேரடியை நோக்கி வேகமாக நடந்தான். நேரம் எவ்வளவு ஆகிறது என்று தெரியவில்லை. தங்கை வீடு வந்திருந்தால் இந்நேரம் கண்டுபிடித்திருப்பாள். எப்படி அவளுக்கு மட்டும் தான் செய்யும் எல்லாத் தவறுகளும் தெரிந்து விடுகிறதோ.

அவன் அம்மாவிடம் அடி வாங்கும்போது அவள் சிரிக்க வேறு செய்வாள். ஆனால் அம்மா இல்லாத நேரங்களில் ‘யண்ணே யண்ணே’ என்று உருகுவாள்.

ஜவகர் மைதானத்தைத் தாண்டும்போது அவனது பள்ளியில் படிக்கும் முகுந்தனும் பாஸ்கரும் கையில் ஒரு வயர்கூடையுடன் நின்றிருந்தார்கள்.

“எங்கப்பா பாண்டிக்கடையில் பஜ்ஜி வாங்கிட்டு வரச்சொன்னார்” என்றான் முகுந்தன்.

பாஸ்கர் தான் ஏதோ பெரிய விஷயத்தைக் கண்டுபிடித்து விட்டவன் போலச் சொன்னான்:

"கோவிலுக்குப் புது யானை வந்துருக்கு. பார்த்தியா?"

எதையும் கேட்காதவன் போல நடந்து கொண்டிருந்தான். பாஸ்கரும் முகுந்தனும் வீட்டிற்குள் போவதற்குள் வாங்கிய பஜ்ஜியின் ஓரங்களை ரகசியமாகப் பிய்த்துத் தின்றுவிடுவார்கள் என்று அவனுக்குத் தெரியும்.

பழைய சாமான் விற்கும் கடையின் முன்பு பிரம்பு நாற்காலி ஒன்றில் கிழவர் உட்கார்ந்திருந்தார். சட்டை அணிந்திருக்கவில்லை. டிராயர் மட்டுமே அணிந்திருந்தார். புருவங்கள்கூட அவருக்கு நரைத்திருந்தன. காவி படிந்த பற்கள். மயிர் அடர்ந்த நீண்ட கைகள்.

கடையில் கால் உடைந்த நாற்காலிகள். அழுக்கேறிய கதவுகள். நிறமிழந்த மரக்குதிரை பிளாஸ்டிக் பொம்மைகள். மாட்டின் கழுத்துமணிகள். ரிப்பேராகிப் போன ரேடியோ. உடைந்த டெலிபோன். நசுங்கிய சமையற் பாத்திரங்கள். பழைய பேண்ட். சட்டைகள். பழைய புத்தகங்கள். பீங்கான் கோப்பைகள். ஓடாத கடிகாரங்கள் என ஏதேதோ பொருட்கள் இருந்தன.

"அஜந்தா கண்ணாடி இருக்கா" என்று கடைக்காரரை நோக்கிக் கேட்டான்

"முகம் பார்க்கிற கண்ணாடியா?" என்று கேட்டார் கிழவர்.

"ஆமாம்" எனத் தலையசைத்தான்.

"நான் கண்ணாடி பார்த்தே வருஷமாகுது. அந்தா... அந்த மரப்பலகை பின்னாடி கண்ணாடி இருக்குதானு பாரு."

உள்ளே நடந்து மரப்பலகையை விலக்கிப் பார்த்தான். ஆள் உயரக் கண்ணாடி ஒன்று இருந்தது. ரசம் போன அந்தக் கண்ணாடியில் தன்னைப் பார்த்துக் கொள்ளும் போது வெட்கப்பட்டான்.

"ஐம்பது ரூபா குடுத்துட்டுக் கண்ணாடியை எடுத்துக்கோ "என்றார் கிழவர்."

"எனக்கு அஜந்தா கண்ணாடிதான் வேணும்."

பகலின் சிறகுகள் ❖ 77

"அதுக்கு நான் எங்க போறது எந்தப் பொம்பளையும் முகம் பார்க்கிற கண்ணாடியை விக்கமாட்டா" என்றார் கிழவர்.

இனி என்ன செய்வது என்று அவனுக்குப் புரியவில்லை. இது போன்ற நேரத்தில் யாரும் உதவிக்கு வர மாட்டார்கள், வழிகாட்டமாட்டார்கள் என்பது அவனுக்கு வேதனையை அதிகப்படுத்தியது.

இப்படியே ஏதாவது ஒரு ஊருக்கு ஓடிப்போய்விட்டால் என்ன என்றுகூடத் தோணியது.

சாலையில் போகிறவருகிறவர்கள் எல்லோர்மீதும் கோபம் அதிகமானது. இவர்கள் அத்தனை பேரும் கண்ணாடியில் முகம் பார்க்கிறவர்கள். வீட்டில் கண்ணாடி வைத்திருப்பவர்கள்.

என்ன செய்வது எனத் தெரியாமல் ஜவகர் மைதானத்தில் நின்று கொண்டிருந்தான். சற்றுத் தள்ளி ஆட்டுக்கால் சூப் விற்பவன் கடையைத் தயார் செய்து கொண்டிருந்தான். கொய்யாப்பழம் விற்கும் தள்ளுவண்டி ஆள் சோர்வாக முக்காலியில் அமர்ந்திருந்தார். எச்சில் இலை ஒன்றை இழுத்துக் கொண்டு தெருநாய் ஓடிக் கொண்டிருந்தது. காலேஜ் பஸ் வந்து நின்று இளம்பெண்கள் சோர்வாக இறங்கி நடந்து சென்றார்கள்.

வீட்டிற்குத் திரும்பப் போகப் பயமாக இருந்தது. கண்ணாடி தன்னைப் பழிவாங்கிவிட்டதோ என்றுகூட நினைத்தான். தபால் அலுவலகச் சுவரில் ஒரு புறா தனியே அமர்ந்து அவனைப் பார்த்துக் கொண்டிருந்தது.

கையில் இருக்கிற காசிற்குப் பஜ்ஜி வாங்கிச் சாப்பிட்டுவிட்டு வீட்டிற்குப் போய் அடி வாங்கிக் கொள்ள வேண்டியதுதான் என்று திடீரெனத் தோணியது.

அப்படி நினைத்த மாத்திரம் பஜ்ஜியின் வாசனை மூக்கில் அடிப்பது போலிருந்தது. பாண்டி கடையில் மட்டும் பஜ்ஜிக்கு இரண்டு வகை சட்னி தருவார்கள். எவ்வளவு ருசியான பஜ்ஜி.

கண்ணாடி உடைந்ததற்காக மட்டுமில்லை. வீட்டிலிருந்த பணத்தை எடுத்துக் கொண்டு போய் பஜ்ஜி வாங்கித்

தின்றதற்காகவும் அம்மா நிச்சயம் அடிப்பாள். வெறுமனே அடிவாங்குவதை விடவும் இப்படி ஆசைப்பட்டதை வாங்கித் தின்றுவிட்டு அடிவாங்கலாம்தானே

அவன் பாண்டிக் கடைக்குப் போனபோது எண்ணெய்ச் சட்டியில் பஜ்ஜிகள் மிதந்து கொண்டிருந்தன. அவை கண்சிமிட்டி அவனை அழைப்பது போலிருந்தது. சூடாக, இரண்டு பஜ்ஜிகள் வாழை இலையில் வைத்து வாங்கினான். அவனாகவே சட்னியை அள்ளி அள்ளிப் போட்டுக் கொண்டான். பின்பு சூட்டோடு பிய்த்துச் சாப்பிட்டான்.

இரண்டு பஜ்ஜிகளை இவ்வளவு வேகமாக யாராலும் சாப்பிட முடியுமா என்று தெரியவில்லை. இன்னும் பத்து பஜ்ஜிகள் தின்றாலும் ஆசை தீராது. டவுசர் பையிலிருந்த பத்துரூபாயை எடுத்துக் கொடுத்து இன்னும் ரெண்டு பஜ்ஜி வேணும் என்றான். கடைஆள் ஒரு பஜ்ஜி மூணு ரூபாய் என்று சொல்லியபடியே ஒரு பஜ்ஜியை அவன் இலையில் வைத்துவிட்டு உதிர்ந்து கிடந்த பஜ்ஜித் தூள்களை அள்ளி இலையில் போட்டார். எவ்வளவு பெருந்தன்மை என்று பட்டது.

இந்த பஜ்ஜியை மெதுவாகச் சாப்பிட வேண்டும் என்று நினைத்தபடியே ஒரு கடி கடித்தபோது அவனது அய்யா யாரோ ஒரு ஆளின் பைக்கில் பின்னால் உட்கார்ந்து வந்து இறங்குவது கண்ணில் பட்டது. அப்படியே பஜ்ஜியைத் தூர எறிந்துவிட்டு அவரது கண்ணில் படாமல் வீட்டை நோக்கி ஓடினான்.

அவனது வீடு இருந்த தெருவிற்கு வந்தபோது அடிவாங்கப் போவதை நினைத்துக் கால்கள் நடுங்க ஆரம்பித்தது. நத்தை ஊர்ந்து செல்வது போல ஒவ்வொரு அடியாக எடுத்து வைத்து வீட்டை நோக்கி நடந்தான்.

கதவு திறந்து கிடந்தது.

உள்ளே இருந்து விளக்குமாற்றுடன் வெளியே வந்த தங்கை அவனை முறைத்தபடியே வெளியே சென்றாள்.

அம்மா பாயில் சுருண்டு படுத்திருந்தாள். அருகில் சென்றபோது அவள் எதையோ நினைத்து விம்மி விம்மி அழுது கொண்டிருப்பது தெரிந்தது. எதற்காக அழுகிறாள். பேக்டரியில் ஏதாவது பிரச்சனையா. உடம்புக்கு

முடியவில்லையா. அய்யாவோடு சண்டையா. எதுவும் புரியவில்லை. கன்னத்தில் கண்ணீர் வழியக் கலைந்த தலையுடன் சேலை நழுவிக்கிடக்க அம்மா சோர்ந்து கிடந்தாள்.

அவள் கண்ணில் படாமல் நடந்துபோய்ப் பையிலிருந்த ஒரு புத்தகத்தைக் கையில் எடுத்துக் கொண்டு சுவரோரமாக உட்கார்ந்து படிப்பது போல நடித்தான்.

"யம்மா... அண்ணன் வந்துட்டான்" என்று தங்கை சப்தம் கொடுத்தாள்.

புரண்டு படுத்த அம்மா வேதனையான குரலில் சொன்னாள்.

"தலைவலி தாங்க முடியலை... முக்குக்கடையில் போய் டீ வாங்கிட்டு வா."

அவன் தலையாட்டினான். அம்மா சேலையில் முடிந்து வைத்திருந்த பணத்திலிருந்து பத்து ரூபாயை எடுத்து அவனிடம் நீட்டினாள்.

அவசரமாக அவன் முக்குக்கடையை நோக்கி நடந்தான்

தூக்குவாளியில் டீ வாங்கிக் கொண்டு வந்தபோது அம்மா எழுந்து உட்கார்ந்திருந்தாள். முகம் வீங்கியிருப்பது போலிருந்தது. மூக்கின் மீது ஒரு தலைமயிர் விழுந்துகிடந்தது.

அம்மா ஒரு டம்ளரில் பாதி டீயை ஊற்றிக்குடித்துவிட்டு மீதமிருந்ததை அவர்களுக்காகக் கொடுத்தாள். இருவரும் மீதமான டீயைக் குடித்தார்கள்.

டீ வாங்கிய தூக்குவாளியைக் கழுவுவதற்காகத் தங்கை எடுத்துச் சென்றாள். அம்மாவின் முகத்தை ஏறிட்டுப் பார்க்காமல் சொன்னான்:

"முகம் பாக்குற கண்ணாடியை உடைச்சிட்டேன்."

"போகுதுவிடு. அதுல பாத்துதான் நிறையப் போகுதாக்கும்" என்றாள் அம்மா.

அவனால் நம்பமுடியவில்லை.

"கைதவறிக் கீழே விழுந்து உடைஞ்சி போச்சு" என்று விளக்கமாகச் சொன்னான்.

“எல்லாம் நம்ம நேரம்” என்று அம்மா சலித்துக் கொண்டாள்.

இவ்வளவுதானா. இதற்குப் போயா இவ்வளவு பயந்தோம். வீட்டில் எதற்கு அடிப்பார்கள், எதை மன்னித்துவிடுவார்கள் என்று புரிந்துகொள்ள முடியவேயில்லை. ஒருவேளை அம்மா நாளைக்கு அடிப்பாளோ. அப்படித் திருவிழாவில் துப்பாக்கி வேண்டும் என்று கேட்டதற்கு என்றைக்கோ அடி கிடைத்ததே. அப்படிக் கிடைக்கக் கூடுமா.

ஆனால் அம்மா நடந்ததை மன்னித்துவிட்டவளைப் போல எழுந்து சேலையால் முகத்தைத் துடைத்துக் கொண்டு சமையல் செய்வதற்காகக் கூடையிலிருந்த வெங்காயத்தை உரிக்க ஆரம்பித்தாள்.

நாளைக்கு அம்மா எதில் முகம் பார்ப்பாள் என்று கவலையாக இருந்தது.

அவனது தங்கை மட்டும் அருகில் வந்து கோபத்துடன் கேட்டாள்:

“கண்ணாடியை உடைச்சிட்டா நான் எதைப் பார்த்து ஜடை பின்னுறது?”

“சுவரைப் பார்த்து” என்று கேலியாகச் சொன்னான்.

“அதுல உன் முகரைதான் தெரியும்” என்றாள் தங்கை.

முகரை என்று அவள் சொன்னதை நினைத்து அவனும் சிரித்துக் கொண்டான்.

○

8

சதுரத்தில் வசிப்பவன்

நான் ஒரு கவிஞன். எனது கவிதைகளில் சில சிற்றிதழ்களில் வெளியாகி இருக்கின்றன. கவிஞராக வாழ்வது என்பது ஒரு சாபம். அதுவும் பெரு நகரத்தில் கவிஞன் என்ற பெயரைக் கேட்டாலே கேலி செய்கிறார்கள். “கவிதை சோறு போடுமா?” என்று கேட்கிறார்கள். சோறு போட வேண்டிய வேலை கவிதைக்கு இல்லை. சமூகம் ஏன் கவிஞனுக்கு சோறு போட மறுக்கிறது. ஏன் எழுத்தை நம்பி மட்டுமே ஒருவன் வாழ முடியவில்லை. இந்தக் கேள்விகளை எல்லாம்தான் கவிதை கேட்கிறது. உண்மையில் கவிதை என்பது ஒருவகையான தொடுதல். அந்தத் தீண்டுதலில் கிடைக்கக்கூடிய இன்பமும் சரி, வலியும் சரி புதுமையானதுதான்.

கவிஞர் ஆத்மநாம், ‘சதுரத்தில் நடப்பவர்’ என்றொரு கவிதை எழுதியிருக்கிறார். “நீங்கள் படித்திருப்பீர்களா? தெரியாது. எனக்குப் பிடித்தமான கவிதை அது.” அதை வாசிக்கும்போது, சதுரத்தில் நடப்பவர் எப்படி இருப்பார் என்று யோசித்திருக்கிறேன். ஆனால், ஒருபோதும் சதுரத்தில் வாழ்கிறவரை சந்திப்பேன் என்றோ, சதுரத்தில் வாழ்வதே ஆனந்தம் என்று அவர் போதிப்பார் என்றோ நான் நினைத்துப் பார்த்ததே இல்லை. ஆம் நண்பர்களே! சதுரத்தில் வாழ்கிற ஒரு மனிதரை எனக்குத் தெரியும். அவரது பெயரை நான் கேட்டுக் கொள்ளவே இல்லை. அவராகத்தான் என்னை அழைத்தார். அவரது குரல்தான் எனக்கு முதன்முதலில் கேட்டது. உருவம்கூடத் தெரியவில்லை. யார் என்னை அழைப்பது என்ற குழப்பத்தோடு சாலையில் நின்றிருந்த நான் திரும்பியபோது, 50 வயதிற்கு மேல் இருக்கக்கூடிய ஒருவர் என்னைப் பார்த்து, “நீங்கள் என் வீட்டு சுவர்மீது சாய்ந்து கொண்டிருக்கிறீர்கள்” என்று சொன்னார்.

'இல்லையே' என்பது போல சுற்றிலும் திரும்பிப் பார்த்தேன். அவர் மெல்லிய குரலில் சொன்னார்:

"நான் ஒரு சதுரத்தில் வசிப்பவன். எங்கே போனாலும் சதுரம் என்கூடவே வந்து விடுகிறது. அதற்குள் இருந்தபடிதான் இந்த உலகத்தை சந்திக்கிறேன்" என்றார்.

"சதுரமா? எங்கே?" என்று கேட்டேன்.

"உங்களுக்குத் தெரியாது. இது என்னுடைய சதுரம். எனக்கு மட்டும்தான் தெரியும்" என்று சொன்னார்.

நான் குழப்பத்துடன், "சதுரத்திற்குள்ளா வாழ்கிறீர்கள்" என்று கேட்டேன்.

"ஆமாம். நான் மட்டுமல்ல, ஆயிரக்கணக்கானவர்கள் சதுரத்திற்குள்தான் வாழ்கிறார்கள். ஆனால் அவர்கள் அதைப் பற்றியெல்லாம் சொல்லிக் கொள்வதில்லை."

"சதுரத்திற்குள் வாழ்வது என்றால் எப்படி இருக்கும்."

"அறைக்குள் வாழ்வது போலத்தான் இருக்கும்."

"சுவர்கள் இல்லாத அறைக்குப் பேர்தான் சதுரமா?"

"ஏன்? சதுரத்திற்கும் சுவர்கள் இருக்கிறதே. ஆனால், அது மெலிதான சுவர்கள்."

"நீங்கள் ஏன் சதுரத்திற்குள் வசிக்கிறீர்கள்."

"உண்மையைச் சொல்வதாக இருந்தால் நான் சதுரத்திற்குள் தான் பிறந்தேன். சதுரத்திற்குள்தான் வளர்ந்தேன். சதுரத்திற்குள்தான் என் பால்ய காலம் முழுவதும் கழிந்தது. இளமைக் காலத்தில் சதுரத்திற்குள் இருந்து எப்படியாவது வெளியேறிப் போக முடியாதா என்று போராடினேன். ஆனால், சதுரம் என்னை வெளியேற விடவே இல்லை. முட்டிமோதி பின்பு எப்படியோ வெளியேறினேன். ஆனால், பின்பு எப்போது சதுரத்திற்குள் வந்தேன் என்று எனக்குத் தெரியவே தெரியாது. ஆனால், கடந்த பல ஆண்டுகளாக நான் சதுரத்திற்குள்தான் வாழ்ந்து வருகிறேன்."

"நீங்கள் சொல்வதை என்னால் புரிந்துகொள்ள முடிகிறது. ஆனால், நம்ப முடியவில்லை. ஒரு மனிதன் எப்படி சதுரத்திற்குள் வாழ முடியும்?"

இதைக் கேட்டபடி அவர் சிரித்துக் கொண்டே சொன்னார்:

"சதுரம் என்பது ஒரு வெற்றிடம் என்றா நினைக்கிறீர்கள்? சதுரத்திற்குள் நீங்களும் வாழ்ந்திருப்பீர்கள். ஆனால், உங்களுக்கு மறந்திருக்கக் கூடும். ஒருவேளை நீங்கள் சதுரத்திற்குள் வாழ்பவராக இருந்தால் நான் சொல்வது என்ன என்று உங்களுக்குக் புரியக்கூடும்."

"இல்லை, இல்லை. நான் எந்தச் சதுரத்திற்குள்ளும் வாழ்ந்தவனுமில்லை, வாழப்போவதுமில்லை" என்றேன்.

அதைக் கேட்டவுடன் அவர் சிரித்தபடியே,

"சதுரம் இல்லாவிட்டால் வட்டம். ஆனால், ஏதாவது ஒரு வடிவத்திற்குள்தானே நாம் எல்லோரும் புதைந்து கொண்டு வாழ்கிறோம்" என்றார்.

"உளராதீர்கள்! வட்டம், சதுரம் என்பதெல்லாம் வெறும் பிதற்றல். நான் எதிலும் வாழவில்லை, நான் சுதந்திரமான மனிதன்" என்றேன்.

"அப்படித்தான் நானும் நினைத்துக் கொண்டிருந்தேன். ஆனால், சதுரம் என்பதோ வட்டம் என்பதோ வெறும் வடிவங்கள் இல்லை. தம்பி! அவையெல்லாம் வாழ்க்கை முறைகள். அவை நாமே உருவாக்கிக் கொண்ட வாழ்க்கை முறைகள்" என்றார்.

"உங்கள் வியாக்யானத்தைக் கேட்பதற்கு எனக்கு நேரம் இல்லை" என்று நான் திரும்பும்போது அவர் சொன்னார்:

"இதுதான் சதுரத்திற்குள் வாழ்பவனின் கதையைக் கேட்க யாருமே விரும்புவதில்லை. அது பெரிய சோகம்."

நான் எரிச்சலோடு "சதுரத்திற்குள் அப்படி என்னதான் இருக்கிறது. சொல்லுங்கள்" என்றேன்.

"சதுரம் எப்போதுமே விசித்திரமானது. அதற்குள் இருக்கும்போது நீங்கள் பாதுகாப்பாக உணர்வீர்கள்."

உடனே நான் சொன்னேன். "சிறைப்பட்டது போன்றும் உணரலாம் இல்லையா? என்று.

"சிறைப்பட்டது என்றா கூறுகிறீர்கள். உண்மையில் சதுரத்தில் வசிப்பவர்கள்தான் உலகத்தை திறந்தவெளி

சிறைக்கூடமாக நினைக்கிறார்கள். சதுரத்தில் வசிப்பவர்களுக்கு வெளி உலகம் ஒன்றே தேவையில்லை தெரியுமா?" என்று.

இதைக் கேட்டதும் நான் சொன்னேன்:

"இதெல்லாம் நீங்கள் உங்களை ஏமாற்றிக் கொள்ளக்கூடிய தந்திரம். உங்கள் சதுர வாழ்க்கை எப்படித்தான் இருக்கிறது? விளக்கிச் சொல்லுங்கள்."

"நன்றாகத்தான் இருக்கிறது. சதுரத்தை நாம் ஒரு வீடாகக் கருத முடியாது. அது ஒரு பாதுகாப்புக் கவசம். அல்லது உடை என்று சொல்லிக் கொள்ளலாம். அதை அணிந்து கொள்வது போல. உண்மையில் நீங்கள் ஒரு தலைக் கவசம் அணிந்துகொண்டு இருந்தாலும் எப்படி இருக்குமோ அதுபோலத்தான் நான் ஒரு சதுரமான வீட்டை அணிந்துகொண்டு இருக்கிறேன்" என்றார்.

"சதுரத்தை நீங்கள் அறியவில்லை. நீங்கள் அதற்குள் மாட்டிக் கொண்டிருக்கிறீர்கள். சதுரம் உங்களை விழுங்கிக் கொண்டு விட்டது."

"அப்படி நீங்கள் சொல்கிறீர்கள். ஏன்? சதுரம் என்னை தனக்குள் வைத்துக் கொண்டுள்ளது என்று நான் சொல்லக் கூடாதா? ஒரு மனிதனை உள்வாங்கிக் கொள்வதன் வழியே சதுரம் தனது வெறுமையை போக்கிக் கொள்கிறது என்பதுதான் உண்மை. சதுரம் என்பதை இன்னும் நீங்கள் புரிந்துகொள்ளவே இல்லை தம்பி!" என்றார்.

நான் "இல்லை, புரிந்து கொள்ளாதது நீங்கள்தான். சதுரவாசிகளாகிய நீங்கள் உலகம் வேண்டாம் என்கிறீர்கள். உங்களால் இந்த உலகத்திற்கு ஒரு பயனும் இல்லை" என்றேன்.

"சதுரவாசிகள் என்றா சொன்னீர்கள். இந்தச் சொல்லை இப்பொழுதுதான் நான் முதன்முதலாக கேள்விப்படுகிறேன்"என்றார். "உலகம் எங்களைக் கண்டு கொள்ளவே இல்லை. சதுரத்திற்குள் வாழ்வது ஒன்றும் மூச்சுமுட்டுவதாகலாம் இல்லை" என்றார்.

நான் அவரிடம் உரக்க கேட்டேன், "சதுரத்தின் சுவர்கள் எதனால் உருவாக்கப்பட்டது? அதையாவது சொல்லுங்களேன்" என்றேன்.

பகலின் சிறகுகள் ф 85

"தம்பி! அதை சுவர் என்று சொல்லாதீர்கள். தண்ணீரை விடவும் மிருதுவானது. வளைந்து கொடுக்கக்கூடியது. உண்மையைச் சொல்வதாக இருந்தால், இந்தச் சதுரம் சில வேளைகளில் தாய், தந்தை, பிள்ளைகள் அத்தனை பேரையும் உள்ளே கொண்டு வந்து விடும். சதுரம் விரிந்து விடுகிறது தம்பி! அதற்குள் அவர்கள் உள்ளே வரலாம். இருக்கலாம். தங்கி இருக்கலாம். உடன் இருக்கலாம். வெளியும் போகலாம். ஆனால், அவர்கள் எப்படி உள்ளே வருகிறார்கள்? எப்படி வெளியே போகிறார்கள் என்பது இந்தச் சதுரத்தில் வசிப்பவர்களுக்குத் தெரிவதே இல்லை" என்றார்.

"நண்பரே! உங்களது இயலாமையை நன்றாக பூசி மெழுகுகிறீர்கள். உண்மையில் சதுரம் என்பது கதவுகளே இல்லாதது. சதுரத்தில் வாழ்வது என்பது ஒரு துர்பாக்கியமானது."

"நான் அப்படி உணரவில்லை. என் வாழ்க்கை சந்தோஷமாகத்தான் இருக்கிறது."

"அப்படி நீங்கள் நம்புகிறீர்கள்" என்றேன்.

"சதுரத்திற்குள் வாழ்ந்தால் அப்படித்தான் நம்ப முடியும்" என்றார்.

"நான் ஒருபோதும் சதுரத்திற்குள் வாழ விரும்பாதவன். உங்களோடு பேச விருப்பமில்லை. நான் போகிறேன்" என்றபடி நான் நடக்கத் தொடங்கினேன்.

அவர் சொன்னார், "நீங்கள் அப்படிப் போய்விட முடியாது. நீங்களும் சதுரத்திற்குள் பொருந்திப் போர்வீர்கள். ஒரு சதுரம் உங்களுக்கும் கிடைக்கும். அந்தச் சதுரத்திற்குள் நீங்களும் என்னைப் போலவே ஆனந்தமாக இருப்பீர்கள்" என்றார்.

நான் எரிச்சலோடு, "போதும் நிறுத்துங்கள் உங்கள் பேச்சை. நீங்கள் தொடர்ந்து என்னைக் கேலி செய்கிறீர்கள். உங்களோடு பேசிக் கொண்டிருப்பதற்கு எனக்கு நேரமில்லை. வேலை இருக்கிறது. கிளம்புகிறேன்" என்றேன்.

அவர் சிரித்தபடியே சொன்னார், "தன்னுடைய குழப்பங்கள் எல்லாவற்றையும் உலகின் குழப்பங்களாக மாற்றுகிறவன்தான் கவிஞன். கவிஞன் சொற்களைக் கையாளத் தெரிந்த

அளவிற்கு, சொற்களைக் காசாக்கத் தெரியாதவன்” என்று அவர் சொன்னார்.

உடனே நான் திரும்பிச் சொன்னேன். “சொற்களை காசாக்கத் தெரிவது வித்தை காட்டுபவன் வேலை. கவிஞனுடைய வேலை இல்லை. உன்னைப் போன்றவர்களுடன் பேசி என் நேரத்தை வீணாக்க விரும்பவில்லை. கிளம்புகிறேன்” என்றேன்.

நான் கிளம்பி நடக்கத் தொடங்கியபோது, அந்த சதுரவாசி அங்கேயே நின்று கொண்டிருப்பதைப் பார்த்தேன்.

அந்தாள் ஏன் ஒரு சதுரத்திற்குள் இருக்கிறார்? ஏன்? சதுரத்திற்குள் இருப்பதை ஆனந்தமாகக் கருதுகிறார். இதற்குள் இருந்தபடி தான் ஒரு சதுரவாசி இல்லையே என்பதை வேறு மறுக்கிறாரே என்பது போல பார்த்துக் கொண்டே இருந்தேன்.” திடீரென்று அவர் சிரிக்கின்ற சத்தம் கேட்டது.

“எதற்கு சிரிக்கிறீங்க?” என்றேன்.

அப்போது அவர் சொன்னார், “தம்பீ! பார்த்தீர்களா நீங்கள் என் சதுரத்திற்குள் வந்துவிட்டீர்கள்” என்றார்.

“சதுரத்திற்குள் நானா?” என்று வியப்போடு கேட்டேன்.

“ஆம் தம்பி! நீங்கள் இப்போது இருப்பது என் சதுரத்திற்குள்” என்றார்.

“நான் எப்படி வந்தேன்?” என்றேன்.

“இதுதான் தம்பி! நான் சொன்னேனில்லையா சதுரத்துடைய பலமே யார் வேண்டுமானாலும் சதுரத்திற்குள் நுழைந்து ஐக்கியமாகி விடலாம்” என்றார்.

“இதுதான் சதுரமா? எங்கே இருக்கிறது இதன் சுவர்கள் என்று சுற்றிப் பார்த்தேன்?”

“அதை உணரத்தான் முடியும். கண்ணில் பார்க்க முடியவே முடியாது. ஆனால், நீங்களும் நானும் ஒரு சதுரத்திற்குள் இருக்கிறோம்” என்றார்.

“இல்லை. நான் சதுரத்திற்குள் வாழ விரும்புகிறவன் இல்லை” என்றேன்.

“அது உன் விருப்பம் இல்லை தம்பி! சதுரம் உன்னை இழுத்துக் கொண்டு விட்டது.”

“நான் எப்படி வெளியேற வேண்டும்?”

“இந்த விஷயத்தில் நான் உதவ முடியாது. தானாக இந்தச் சதுரம் விட்டால்தான் நீ வெளியேற முடியும்” என்றார்.

“சதுரத்திற்குள் இருந்தால் நீயும் நானும் ஒன்றுதான் இல்லையா? அப்போது நான் கவிஞனாக இருக்க மாட்டேனே” என்றேன்.

“தம்பி! சதுரத்திற்குள் வந்த பிறகு நீயும் ஒரு சதுரவாசி, நானும் ஒரு சதுரவாசி. நமக்குள் தனித்தனியாக எதுவும் இல்லை” என்றார்.

“இல்லை, நான் ஒரு கவிஞன்.”

“அது ஒரு பாவனை” என்றார்.

“இல்லை, அது பாவனை இல்லை. நிஜமாகவே நான் ஒரு கவிஞன். சதுரத்திற்குள் இருந்தாலும் சதுரத்தைக் கண்டு பயப்படாத ஒரு கவிஞன்” என்று சொன்னேன்.

“பார்த்தாயா! நீ சதுரத்தை விட்டு வெளியே போய் விட்டாய்” என்று சொன்னார்.

“எனக்குக் குழப்பமாக இருந்தது. நான் எப்படி உள்ளே போனேன். நான் எப்படி வெளியே வந்தேன். உண்மையில் இந்த ஆள் ஏதோ ஒரு சித்து வேலையை என்னோடு செய்கிறாரா?

நான் அவசரமாக அந்த ஆளைக் கடந்து போகத் தொடங்கினேன். “நான் கவிதையை நம்புகிறவன். கவிதையில் பிறந்தவன். நான் ஒரு கவிஞன்” என்று சொல்லியபடியே நடக்க ஆரம்பித்தேன். பிறகு அந்த சதுரவாசியைத் திரும்பி பார்க்கவே இல்லை. ஆனால், பின்பு நீண்ட நாட்களுக்குப் பிறகு ஒரு மதியம் பாண்டி பஜார் பகுதியில் நடந்து கொண்டிருந்தபோது திடீரென்று ஒரு உணர்வு மேலோங்கிட நான் திரும்பிப் பார்த்தேன். நான் ஒரு சதுரத்திற்குள் நடந்து கொண்டிருந்தேன். ஒருவர் என்மீது

மோதுவது தெரிந்தது. நான் ஒரு சதுரவாசிதானா? யாரோ என்மீது மோதுகிறபோது பக்கத்திலிருந்து சிரிக்கின்ற சத்தம் கேட்டது. அந்தச் சிரிப்பு யாருடைய சத்தம்? அது சதுரத்தின் சத்தம்தானோ என்னவோ. இப்போது நான் ஒரு சதுரவாசி.

O

9

கதை தானே சார்

குளியலறையின் தாழ்ப்பாள் சரியாகயில்லை. கொண்டி கையோடு கழண்டு வந்துவிட்டது. கதவை ஒட்டி பிளாஸ்டிக் வாளியை நகர்த்தி வைத்துக் கொண்டு உள்ளே குளித்துக் கொண்டிருந்தார் சட்டநாதன். ஆறடிக்கு சற்றே அதிகமான உயரம். ஒடிசலான உடல். ஏறுநெற்றி. நரைத்திருந்தாலும் தலைமயிர்களின் அடர்த்தி குறையவில்லை. புருவத்தில்கூட நரைமுடி வந்துவிட்டது.

“அந்தப் பையன் கோகுல் உங்களைப் பார்க்க வந்து வெயிட் பண்ணிட்டு இருக்கான்.” என்று அவரது மனைவி சப்தமாக சொல்வது கேட்டது.

சோப்பைக் கையில் தேய்த்தபடியே சப்தமாக சொன்னார்:

“இப்போ முடியாது. போயிட்டு சாயங்காலம் வரச்சொல்லு.”

“சொல்லிப் பாத்துட்டேன். கேட்கற மாதிரியில்லை. ஜெராக்ஸ் கடைகிட்ட வெயிட் பண்ணுறதா சொல்லி யிருக்கான்.”

“காலைல ஏழுமணிக்கு இப்படி ஒரு கழுத்தறுவை” என நினைத்தபடியே அவர் சோப் நுரையை முகத்தில் தேய்த்துக் கொண்டார்.

இந்த உலகில் செய்வதற்கு எவ்வளவோ ஆயிரம் வேலைகள் இருக்கின்றன. அத்தனையும் விட்டுவிட்டு காலை ஏழு மணிக்கு ஒருவன் தனது கதையை ஏன் நிராகரித்தேன் என்று கேட்பதற்காக வீட்டு வாசலில் வந்து நிற்பதை எப்படிப் புரிந்து கொள்வது.

ஒரு கதை நன்றாக இல்லை என்றால் அதை எப்படி பிரசுரம் செய்ய முடியும். அதுவும் உப்புசப்பில்லாத கதை. அதை வெளியிட முடியாது என அவன் கையிலே கொடுத்து அனுப்பிவிட்டபிறகும் எதற்காக இப்படித் தொந்தரவு செய்கிறான். கோகுல்மீது எரிச்சலாக வந்தது.

அவனைச் சொல்லி என்ன செய்வது. இது போல உருப்படாத ஒரு வேலையை ஏன் இத்தனை ஆண்டுகளாகச் செய்து வருகிறோம் என்று தன்மீதே அவருக்குக் கோபம் வந்தது.

ஆசைப்படுவது அப்படியே நிறைவேறுவது வாழ்க்கையில் ஒரு சிலருக்காவது நடந்திருக்குமா தெரியவில்லை. சட்ட நாதனுக்கு அவர் ஆசைப்பட்ட எதுவும் நடந்திருக்கவில்லை. அதைவிடவும் எதை ஆசைப்பட வேண்டும் என்றுகூட அவருக்குத் தெரிந்திருக்கவில்லை.

உலகின் பார்வையில் அவர் ஒரு அசடு. படித்த முட்டாள். புத்தகப்புழு. ஏழு கோடிப் பேர் கொண்ட தமிழ்நாட்டில் அவர் ஆசிரியராக இருக்கும் லைட் ஹவுஸ் பத்திரிகையைப் படிப்பவர்கள் அதிகபட்சம் இரண்டாயிரம் பேர். அதில் ஐநூற்றுமுப்பது பேர் சந்தா கட்டியிருக் கிறார்கள். பதினாறு பேர் ஆயுள் சந்தா. இப்படி ஒரு இதழை எதற்காக நடத்துகிறார்கள் என்று பலரும் அவரிடம் கேட்டிருக்கிறார்கள்.

ஒரே வார்த்தையில் சொல்லிவிடுவார்:

"எம்.எஸ்.ஆரின் ஆசை."

எம்.எஸ்.ஆர். இப்போது உயிரோடு இல்லை அதற்காக அவரது கனவும் மண்ணுக்குள் போய்விட வேண்டுமா என்ன. தனது உயிலில் அந்தப் பத்திரிகை நடத்துவதற்கான பணத்தை ஏற்பாடு செய்துவிட்டுத்தான் போயிருக்கிறார். பத்திரிகை நடக்கும்வரை அதற்குப் பொறுப்பாக சட்டநாதன் இருக்க வேண்டும் என்பது எழுதப்படாத ஒப்பந்தம்.

அந்த வேலையில் சம்பள உயர்வு கிடையாது. போனஸ் கிடையாது. பென்சன் கிடையாது. ஆனாலும் அதை இறுக்கமாகப் பிடித்துக் கொண்டிருப்பதற்கான காரணம் அது தரமான இதழ் என்று இலக்கியஉலகில்

பெயர் வாங்கியிருக்கிறது. சமரசம் செய்து கொள்ளாமல் படைப்புகளை வெளியிட்டிருக்கிறது.

••

சட்டநாதன் ஈரத்தலையை துவட்டிக் கொண்டபடியே மனைவியிடம் கேட்டார்:

“இத்தோட மூணு தடவை வீடு தேடி வந்துட்டான். அவனை நீயே கடிஞ்சி சொல்லி அனுப்பி வைக்க வேண்டியதுதானே“

“அவன் கதையை நல்லா இல்லேன்னு சொன்னது நீங்களாநானா... இப்போ எதுக்கு வந்து இருக்கானோ யாருக்குத் தெரியும்.”

“அதுக்கு நேரம் காலம் வேணாமா. சரியான ரோதனை.”

“அவனைப் பேசி அனுப்பிட்டு வாங்க. அதுக்குள்ளே இட்லி ரெடியாகிடும்.”

வெள்ளை ஜிப்பாவும் வேஷ்டியும் அணிந்துகொண்டு நெற்றியில் திருநீறு பூசிக் கொண்டு சட்டநாதன் வாசலுக்கு வந்தபோது பக்கத்துவீட்டு ஜெபாஸ்டியன் காலுக்கு தென்னமரக்குடி எண்ணெய் தேய்த்துக் கொண்டு வெயில்படுவதற்காக மரஸ்டூலில் உட்கார்ந்திருந்தார். அவரைக் கடந்து வெளியே வந்தபோது மார்க்கெட்டில் திரியும் பசுமாட்டின் முதுகு கண்ணில் பட்டது. வாழை இலை ஒன்றை வாயில் கவ்விக் கொண்டு அந்த மாடு நடந்து கொண்டிருந்தது.

••

அவரது வீடு காய்கறி மார்க்கெட்டினுள் இருந்தது. அப்படிச் சொல்வது தவறு. அவரது வீடு இருந்த பகுதியில் இப்போது ஒரு காய்கறி மார்க்கெட் உருவாகிவிட்டது.

சட்டநாதன் சிறுவனாக இருந்தபோது ரயில்வே தண்டவாளத்தைத் தாண்டினால் வெறும் புதர்மண்டியிருக்கும். கிழிந்து நைந்துபோன துணிகள், வேண்டாத பொருட்களை அந்தப் புதரினுள் வீசியிருப்பார்கள். இப்போது அந்தப் பகுதி முழுவதும் அடுக்குமாடிக் குடியிருப்புகள். அவரது வீடு இருந்த பகுதியில் முன்பு பெரிய குப்பைமேடும் அதை ஒட்டி சிறிய குளமும் இருந்தது. அந்தக் குளத்தில் சாக்கடை

தேங்குவது வழக்கம். நிறைய பன்றிகளைக் காணமுடியும். அந்தக் குளம்தான் கொசுக்களின் பிறப்பிடம். அவருக்கே இரண்டு முறை மலேரியா வந்திருக்கிறது.

அதுவும் மழைக்காலத்தில் குளம் நிரம்பிவழிந்தோடி கால் வைக்கமுடியாதபடி சேறுயும் சாக்கடையுமாகயிருக்கும். அதைக் கடந்துதான் பள்ளிக்கூடம் போக வேண்டும். மூக்கைப் பொத்திக் கொண்டு வேகமாக கடந்து போவார்கள். அம்மா மூக்கைப் பொத்திக் கொள்வதற்கென்றே சிறிய கர்ச்சீப் ஒன்றைக் கொடுத்து அனுப்புவதும் உண்டு.

அந்தக் காலம் மாறிவிட்டது. இப்போது அந்தக் குளமிருந்த இடத்தில்தான் காய்கறி மார்க்கெட் உருவாகியுள்ளது. மார்க்கெட்டை ஒட்டி புதிய குடியிருப்புகள். பலசரக்குக் கடைகள். மருந்துக்கடைகள். நடுவே புதிதாக முளைத்துள்ள பிள்ளையார் கோவில். சட்டநாதனுக்கு அந்த மாநகரம் வளரும் வேகம் பிடிபடவேயில்லை.

இத்தனை மாற்றங்களுக்கு நடுவிலும் அவர்கள் குடியிருப்பில் பெரிய மாற்றம் எதுவும் நடைபெறவில்லை. அதே காரை உதிரும் சுவர்கள். வெளிறிப்போன கதவு. கோடைகாலம் முழுவதும் தண்ணீர் பிரச்சனை. அதே கொசுக்கடி. அதே துர்வாடை. அதே எலிகள். இன்றைக்கும் அடிபம்பு வைத்து தண்ணீர் அடிக்கும் ஒரே குடியிருப்பு அவர்களுடையதுதான். மெட்ரோ வாட்டர் கனெக்ஷன் அவர்களுக்குக் கிடையாது.

வெளியே இருந்து பார்க்க ஒரே வாசல் மட்டுமே கொண்ட அந்தக் குடியிருப்பினுள் தீப்பெட்டி போல ஆறு வீடுகள் இருந்தன. அதில் ஒன்றில்தான நீண்டகாலமாக சட்டநாதனின் குடும்பம் வாடகைக்குக் குடியிருந்து வந்தது.

அவரது அப்பா காலத்தில் வாடகைக்கு வந்தார்கள். அப்பா அம்மா இரண்டு பேரும் அந்த வீட்டில் தான் இறந்து போனார்கள். அக்காவின் திருமணம், அவரது திருமணம் இந்த வீட்டில் இருக்கையில்தான் நடந்தேறியது. அவரது இரண்டு பிள்ளைகளும் அங்கே தான் பிறந்தார்கள். எப்படி வைத்துக் கொண்டாலும் ஐம்பது வருஷங்களுக்கும் மேலாக அதே வீட்டில் குடியிருந்து வருகிறார்கள்.

வாடகை வசூலிக்க வரும் இலட்சுமண முதலியார் இறந்து போய் இப்போது யாரோ ஒரு ஆடிட்டர் வாடகையை

வசூலித்துக் கொண்டிருக்கிறார். முதலியார் குடும்பத்துப் பிள்ளைகள் அமெரிக்காவில் செட்டில் ஆகிவிட்டார்கள் என்றார்கள். அவர்கள் எங்கே இருந்தால் என்ன, வாடகைக்கு விட்ட வீட்டை வந்து பார்க்கப் போகிறார்களா என்ன.

இத்தனை ஆண்டுகளாகியும் சட்டநாதன் அந்த வீட்டிலே குடியிருப்பதற்கு முக்கிய காரணம், அங்கேயிருந்து ரயில்நிலையம் பக்கம். எந்த இரவிலும் எளிதாக வீடு வந்து சேர முடியும். அது போலவே சுத்தமான பசும்பாலும் நெய்யும் கிடைக்கும் இடம் பக்கத்திலிருக்கிறது. இது ஒரு அற்ப காரணம் போல தோன்றினாலும் சட்டநாதனின் அம்மாவிற்கு இந்த இரண்டினையும் விட முக்கியமானது உலகில் கிடையாது. அவருக்கும் நெய் இல்லாமல் காலையில் இட்லி கூட சாப்பிட முடியாது. நாக்கு பழகிவிட்டது.

சட்டநாதனை அவரது அப்பா வக்கீலுக்குப் படிக்க வைக்க ஆசைப்பட்டார். ஆனால் சட்டநாதனுக்கு சினிமாவில் பார்த்த வக்கீல்களையும் அவர்களின் கறுப்பு அங்கியையும் பிடிக்கவில்லை. என்ன படிப்பது, என்ன வேலைக்குப் போவது என்று குழப்பமாகவே இருந்தது. உடுப்பி ஹோட்டலில் சமையற்காரராகப் போக வேண்டும் என்பதே சிறுவயது ஆசையாக இருந்தது. பத்தாம் வகுப்பு பரீட்சை முடிந்தபோது ஒரு முறை பேச்சுவாக்கில் இதைச் சொன்னபோது அப்பா கோவித்துக் கொண்டார்.

‘உன்புத்தி ஏன்டா இப்படிப் போகணும். பேசாமல் நீ ரெண்டு வருஷம் ஜபல்பூர்ல போயி அத்தை வீட்ல இருந்து படி.’ என்று திட்டினார்

அவருக்கு இஷ்டமில்லை. ஆனால் அப்பா கட்டாயப்படுத்தி ஜபல்பூருக்கு அனுப்பி வைத்தார். அந்த ஊரில் அவருக்குப் பிடித்தமான ஒரே இடம் லைப்ரரி தான். அதுவும் பழைய கால நூலகம். ஆயிரக்கணக்கான நல்ல புத்தகங்கள் இருந்தன. அங்கேதான் டேவிட் காப்பர்பீல்ட், டேல் ஆஃப் டூ சிட்டிஸ், ஹாம்லட், மேடம்பவாரி, அகதா கிறிஸ்டி, எட்கர் ஆலன்போவின் கதைகள், ஆஸ்கர் ஒயில்டின் சிறுகதைகள் என எல்லாம் படித்தார். அந்த நூலகத்தில் பகல் நேரத்தில் அவரைப் போல ஒன்றிரண்டு வாசகர்களைத் தவிர யாரும் வரமாட்டார்கள். ஆகவே தொந்தரவு இல்லாமல் படித்துக் கொண்டிருப்பார். எப்போதாவது ஜன்னல் வழியே காகம்

கரைவதைக் கேட்பதுண்டு. அந்த நாட்கள்தான் அவரை உருவாக்கின. நூலகத்தினுள் ஏதேனும் வேலை கிடைத்தால் போதும் என்றுகூட நினைத்தார். நூலகத்தில் வேலை கிடைக்கவில்லை.

ஆனால், நாக்பூரிலிருந்து வெளியாகும் பத்திரிகை ஒன்றில் கணக்குப்பிரிவில் வேலை கிடைத்தது. அந்த வேலையை உடனே ஏற்றுக் கொண்டார். கணக்குப்பிரிவில் இருந்தாலும் ஆசையாக எடிட்டோரியலில் நடப்பதைத் தெரிந்து கொள்வார். அவர்களுடன் ஒன்றாகத் தேநீர் குடிப்பதும் அரட்டை அடிப்பதும் உண்டு

அப்படித்தான் சினிமா விமர்சனம் எழுதும் பொறுப்பு ஒரு நாள் அவருக்குத் தரப்பட்டது. பிரபலமாக ஓடிக்கொண்டிருந்த ஹிந்திப்படம் ஒன்றுக்கு அவர் எழுதிய கடுமையான விமர்சனத்தை பத்திரிகை வெளியிட்டது. அந்த விமர்சனத்தால் படத்தின் இயக்குநர், நடிகர் கொதித்துப் போய்விட்டார்கள் என்று பின்னாளில் கேள்விப்பட்டார். ஆனால் இந்த விமர்சனம் ஏற்படுத்திய காரசாரமான விவாதம் காரணமாக வாரம் ஒரு சினிமா விமர்சனம் எழுதும் பொறுப்பு அவருக்கு அளிக்கப்பட்டது.

நிறைய ஆங்கில இந்திப் படங்களுக்கு விமர்சனம் எழுதினார். அது மட்டுமின்றி நாடகம், இசை நிகழ்ச்சிகளை பற்றியும் கட்டுரைகள் எழுதினார். கறாரான விமர்சகர் என்ற பெயர் கிடைத்ததோடு அவருக்கு எடிட்டோரியலில் முக்கிய பொறுப்பும் தரப்பட்டது. ஆறு வருஷம் நாக்பூரில் இருந்த அவருக்குப் பெண் பார்க்க வேண்டும் என்று அப்பா அழைத்தபோது பெண்வீட்டார் அவரைப் பிடித்துள்ளதாகவும் ஆனால் பெண்ணை நாக்பூர் வரை அனுப்பமாட்டோம் என்றதால் அவர் சென்னைக்கே திரும்ப நேரிட்டது.

சென்னைக்கு வந்த நாட்களில் அவர் வழக்கறிஞர் ஒருவர் நடத்திய இதழ் ஒன்றில் வேலை செய்தார். அந்த இதழில் நான்கு மாதங்கள்கூட தாக்குப்பிடிக்க முடியவில்லை. அதன்பிறகு நாளிதழ் ஒன்றில் ஓராண்டு காலம் வேலை செய்தார். அதை விட்டு அகராதி உருவாக்கும் பணி ஒன்றில் ஒன்றரை வருஷம் வேலை செய்தார். முடிவாக புதிதாக ஆரம்பிக்கபட்ட மாத இதழ் ஒன்றின் ஆசிரியராகப் பொறுப்பு ஏற்றார். அந்த மாத இதழைத் துவங்கியுள்ள

எம்.எஸ்.ஆர். தத்துவம் படித்தவர். மிகவும் வசதியான குடும்பத்தைச் சேர்ந்தவர்.

சில காலம் அமெரிக்காவில் பேராசிரியராக இருந்தார் என்பதால் அவருக்குப் பரிசோதனை முயற்சியாக ஒரு இதழை நடத்த வேண்டும் என்று ஆசை. அதுவும் நியூயார்க்கர் போல கனமான விஷயங்களுடன் இதழ் கொண்டுவர வேண்டும் என்று விரும்பினார். சட்டநாதனுக்கு அந்த யோசனை பிடித்திருந்தது. அதைவிடவும் எம்.எஸ்.ஆர். பத்திரிகையின் விற்பனையைப் பற்றிக் கவலைப்பட வேண்டாம். ஐந்து ஆண்டுகள் நடத்துவதற்கான பணத்தை தனியே எடுத்து வைத்துவிட்டேன் என்று சொன்னது மிகவும் பிடித்திருந்தது. அப்படித்தான் இத்தனை ஆண்டுகளாக விற்பனையைப் பற்றிக் கவலைப்படாமல் அந்த இதழ் நடந்து கொண்டிருந்தது.

••

மூடப்பட்டிருந்த ஜெராக்ஸ் கடையின் வாசலில் தலைகவிழ்ந்தபடியே அவன் நின்றிருந்தான். கோரையான தாடியுள்ள முகம். பெரிய காதுகள். அழுக்கடைந்து போன பேண்ட். யாரோ ஒருவரின் சட்டையை அணிந்திருக்கிறான் என்பதைக் காட்டும் தோளுக்கு கீழே நீண்டு தொங்கும் சட்டை. கையில் ஒரு நீலநிற ஃபைல். ரப்பர் செருப்புகள்.

ரயில் நிலையத்தை விட்டு வெளியேறிச் செல்பவர்களையோ, மார்க்கெட்டினுள் காய்கறி வாங்கிச் செல்பவர்களையோ அவன் ஏறிட்டுப் பார்க்கவில்லை. குற்றவுணர்வில் தலைகவிழ்ந்து நிற்பவன் போலிருந்தான்.

அவனை நெருங்கிப் போகும்வரை கோவித்துக் கொள்ள வேண்டும் என்று நினைத்திருந்த சட்டநாதன் அவன் அருகில் போனதும் தணிவான குரலில் கேட்டார்

“டீ சாப்பிடுறயா?”

“வேணாம்” என மறுத்து தலையசைத்தான்.

“பரவாயில்லை. டீ சாப்பிடு” என்று அழைத்துப் போய் அருகிலிருந்த டீக்கடையில் அவனுக்கு மட்டும் டீ வாங்கிக் கொடுத்தார். அந்தக் கடையில் அவர் ஒரு போதும் டீ குடித்ததில்லை.

அவன் கையில் டீ கிளாஸை வாங்கிக் கொண்டபடியே "சாரி சார், நான் உங்களைத் தொந்தரவு பண்ணுறேன்" என்றான்.

'தெரியுதுல்லே. பின் ஏன் வந்தே?' என்பது போல அவனை ஏறிட்டுப் பார்த்தார்.

"இந்தக் கதையில என்ன சார் பிரச்சனை" எனக்கேட்டான்.

"எப்படிச் சொல்றது. கதை நல்லாவரலை. ரொம்ப குழந்தைத்தனமா இருக்கு."

"ஆனா இது என் வாழ்க்கையில உண்மையா நடந்த விஷயம்."

"இருக்கலாம். ஆனா கதையாகலே."

"கதையா ஏன் ஆக்கணும். அப்படியே இருந்தா என்ன தப்பு?"

"அப்படியில்லப்பா. கதைக்கு ஒரு பார்ம்... மொழி. ஸ்டைல்னு நிறைய இருக்கு."

"அதெல்லாம் எனக்குத் தெரியாது சார். இந்தக் கதையை எப்படியாவது உங்க இஷ்யூல போடுங்க."

"போடமுடியாதுப்பா. முதல்ல நீ நிறைய சிறுகதைகளை வாசி. நீ புதுமைப்பித்தன். கு.அழகிரிசாமி, அசோகமித்திரன் ஜெயகாந்தனைப் படிச்சிருக்கியா?"

"இவங்க எல்லாம் யாரு சார்?"

"அதுவே தெரியாதா. ரொம்ப உத்தமம்."

"நீ எழுதுன கதையைத் திருத்தி எழுது. யார்கிட்டயாது கொடுத்து எடிட் பண்ணி வாங்கு. அப்புறம் வெளியிடுறதுக்கு ட்ரை பண்ணு."

"அப்படி யாரையும் தெரியாது சார்."

"அதுக்கு நான் என்ன பண்ணட்டும்?"

"நீங்க சொன்னபிறகு அதை நான் படிச்சிப் பார்த்தேன். கரெக்டாதான் இருக்கு நான் சத்தியத்தை எழுதுறேன் சார்."

"நான் நாற்பது வருஷமா புக்ஸ் படிக்கிறேன். பத்திரிகை எடிட்டரா இருக்கேன். என் படிப்பு மேல சந்தேகப்படுறயா?"

"அப்படி சொல்லலை. நீங்க என்னைக் புரிஞ்சிக்கிட மாட்டேங்குறீங்க."

"உன்னை ஏன்பா புரிஞ்சிக்கிடணும். உன் கதையை கொடுத்தே, அதைப் பற்றின அபிப்ராயத்தை சொல்லிட்டேன்."

"என்னைப் புரிஞ்சிக்கிடாம என் கதையைப் புரிஞ்சிக்கிட முடியாது."

"அதுக்கு எனக்கு நேரமில்லை."

"அப்போ நான் என்ன செய்றது?"

"தம்பி நீங்க கதை எழுதித்தான் ஆகணும்னு கட்டாயம் இல்லை."

"என் மனசில நிறைய கதை இருக்கு சார். அதை என்ன செய்றது?"

"எனக்குத் தெரியலை. ஆனா... இப்படி வீடு தேடி வந்து என்னைத் தொந்தரவு செய்றது ரொம்ப தப்பு."

"நீங்கதானே என் கதையை நல்லா இல்லேன்னு சொன்னீங்க."

"அதுக்கு... காலைல ஏழுமணிக்கு வீட்டுவாசல்ல வந்து நிப்பியா?"

அவன் டீயைக் குடிக்காமல் பாதியைத் தரையில் கொட்டினான். பிறகு டீகிளாஸை வைத்தபடியே சொன்னான்:

"வேற பத்திரிகை எதுலயாவது வெளியிட ஹெல்ப் பண்ணுங்க சார்."

"நான் என்ன சொல்றேனு உனக்குப் புரியலையா. உன் கதை நல்லா இல்லை. யாரும் வெளியிட மாட்டாங்க. முதல்ல கதை எழுதக் கத்துக்கோ, அப்புறமா பப்ளிஷ் பண்ணலாம்."

"நீங்க ரொம்ப கோபமா இருக்கீங்க."

"அதுக்கு நீ தான் காரணம்."

"இந்தக் கதையை நான் என்ன செய்றது?"

'தலையைச் சுற்றித் தூக்கி எறி' என்று சொல்ல நினைத்தவர் சொற்களை விழுங்கியபடி அவனை ஏறிட்டுப் பார்த்தார். பின்பு நிதானமான குரலில் சொன்னார்:

“எனக்கு நிறைய வேலை இருக்கு. நான் கிளம்புறேன்.”

அந்தப் பையன் அதே இடத்தில் நின்று கொண்டிருந்தான். அவர் தன் வீட்டை நோக்கிச் சென்றார். வெயில் ஏற ஆரம்பித்து மார்க்கெட்டினுள் பரபரப்பு அதிகமானது. அவர் அலுவலகம் செல்லக் கிளம்பி வந்தபோது அவன் அதே டீக்கடையின் முன்பாக நின்று கொண்டிருந்தான். இந்தப் பிடிவாதத்தை எழுதுவதில் காட்ட வேண்டும் என்று நினைத்துக் கொண்டு அவனைப் பார்க்காதவர் போல மெயின்ரோட்டை நோக்கிச் சென்றார்.

••

அலுவலகம் வந்தபிறகு அவனை மறந்து போயிருந்தார். ஆனால் மூன்றரை மணி அளவில் அவரது அலுவலகத்தின் வாசலில் உள்ள புங்கை மரத்தடியில் அவன் நின்று கொண்டிருந்தான். காலையில் பார்த்த அதே கோலம். அவனை உள்ளே அழைத்துப் பேசக்கூடாது என்பதில் உறுதியாக இருந்தார். அவன் தரையில் விழுந்துகிடந்த காய்ந்த இலை ஒன்றைக் கையில் எடுத்து சுழற்றிக் கொண்டிருந்தான்.

அலுவலகம் விட்டு ஆறு மணிக்கு அவர் கிளம்பும் போது அவனில்லை. அன்றைக்கு அவர் மயிலாப்பூரில் ஒரு கச்சேரி கேட்பதற்காகப் போக வேண்டும் என்று நினைத்திருந்தார். ஆகவே கற்பகம் ஹோட்டலில் ஏதாவது டிபன் சாப்பிட்டுவிட்டுப் போய்விடலாம் என நுழைந்தார். அந்த ஹோட்டலில் உள்ள சப்ளையர்களில் பலரும் அவருக்குத் தெரிந்தவர்கள்.

ஆகவே கோவிந்தன் என்ற சப்ளையர் அவரைப் பார்த்தமாத்திரம் சிரித்தபடியே அருகில் வந்து கேட்டான்:

“காசி அல்வா தானே!”

அவர் தலையாட்டியபடியே சொன்னார்:

“அப்படியே போண்டா ஒரு பிளேட்.”

கோவிந்தன் கடந்து சென்றபோது கையில் ஃபைலோடு இருந்த அந்த இளைஞன் நேராக அவரது மேஜைக்கு வந்து எதிரில் இருந்த நாற்காலியில் உட்கார்ந்து கொண்டான்.

ஏன் இப்படி நம்மை இம்சிக்கிறான் என்று கோபம் பொங்கியது. அதைக் காட்டிக் கொள்ளாமல் அவனிடம் கேட்டார்:

"இது உனக்கே நல்லா இருக்கா."

"என்னைப் புரிஞ்சிக்கோங்க சார். கதை நல்லாதான் இருக்கு. இன்னைக்குக் கூட ரெண்டு தடவை படிச்சிட்டேன். உங்களுக்கு ஏன் பிடிக்கலைனுதான் தெரியலை."

"இப்படி என் பத்திரிகையோட ஓனர் கூட கேட்டதில்லை. நான் உனக்குப் பதில் சொல்ல வேண்டிய அவசியமில்லை."

"உங்களுக்கும் பிடிக்காத எல்லாத்தையும் உங்களாலே நிராகரிக்க முடியுமா?"

அவன் கேட்டதில் ஒரு நியாயம் இருக்கவே செய்தது. அதை உணர்ந்தபடியே சொன்னார்:

"முடியாதுதான். ஆனா கதை எனக்கே பிடிக்கலை. அதை நான் எப்படி வெளியிடுறது."

"மத்தவங்களுக்கு கதை பிடிக்கலாம்லே."

"பிடிக்காமலும் போகலாமே. அப்படி நடந்தா நான் தானே பொறுப்பு. அதுக்குத்தானே எனக்கு சம்பளம் கொடுக்கிறாங்க."

"அப்போ என்னை மாதிரி புதுசா கதை எழுதுறவங்க என்னதான் செய்றது?"

"நல்ல கதை எழுதுனா தானே வெளியாகும். அதுக்கு மேல என்னாலே சொல்ல முடியலை."

"இதே கதையைக் கொஞ்சம் மாற்றி எழுதியிருக்கேன். அதைப் படிச்சிப் பாக்க முடியுமா?"

"ஆபீஸ் வந்தேயில்லை. அங்கே குடுத்துட்டு போ. நேரம்கிடைக்கும் போது படிச்சி பாக்குறேன்"

"வீட்ல படிச்சிப் பாக்கமாட்டேங்களா?"

"எனக்குனு சொந்த வாழ்க்கையே கிடையாதா... நீயே சொல்லு."

"இப்போ நீங்க டிபன் சாப்பிடுறதுக்குள்ளே நான் படிச்சிக் காட்டவா?"

"இது ஹோட்டல். பப்ளிக் பிளேஸ்."

"எனக்குப் பிரச்சனை இல்லை."

"நீ கதையைப் படிக்க ஆரம்பிச்சா நான் எழுந்து போயிடுவேன்."

அவன் குனிந்து ஃபைலைப் பிரித்து உள்ளிருந்த காகிதங்களை வெளியே எடுத்துக் கொண்டிருந்தான்.

காசி அல்வாவும் போண்டாவும் கொண்டுவந்த கோவிந்தன் எதிரில் அமர்ந்திருந்த இளைஞனைப் பார்த்தபடியே சட்டநாதனிடம் கேட்டான்:

"இன்னொரு பிளேட் ஸ்வீட், போண்டா கொண்டுவரவா?"

"இதுவே எனக்கு வேணாம். நான் கிளம்புறேன்" என கடுத்த முகத்துடன் சொன்னார்.

கோகுல் ஃபைலுக்குள் கதையை வைத்தபடி சொன்னான்:

"நீங்க சாப்பிடுங்க. நான் வர்றேன்."

கோவிந்தன் அந்த ஆளை வெறித்துப் பார்த்தபடியே கேட்டான்:

"யார் சார் இந்தப் பையன்?"

"புதுசா கதை எழுதுறேனு என் உயிரை எடுக்குறான்."

"நான்கூடத்தான் கதை எழுதி வச்சிகிருக்கேன். உங்க கிட்ட குடுக்க தைரியம் வரலை."

"நீயுமா?" என்றபடி தன்னை அறியாமல் சிரித்தபடியே அவர் ஸ்வீட்டை சாப்பிட ஆரம்பித்தார். அன்றைக்குக் கச்சேரி நடந்து கொண்டிருக்கும்போது கூட்டத்தில் அவன் இருக்கிறானா என்று பார்த்தபடியே இருந்தார். அவன் கடைசிவரிசையில் இருந்தான்:

அதன்பிறகு பேருந்து பயணத்தில், கடற்கரையில் என எங்கே சென்றாலும் அந்த இளைஞன் தன் பின்னால் வருவதைக் கண்டார். ஒரு முறை பேருந்தில் அருகில் வந்து பேச்சுக் கொடுத்தான். அவர் பதில் பேசவில்லை. பின்பு ஒரு மழை நாளின்போது அவர் பேக்கரி வாசலில் அவனைப் பார்த்தார். யாசகம் கேட்பவன் போல அவர் முன்னால் நின்றிருந்தான். கோபத்தை அடக்கிக் கொண்டு வேகமாக

நடந்தபோது தண்ணீர் தேங்கியிருந்த பள்ளத்தினுள் காலை விட்டுத் தடுமாறி விழப்பார்த்தார். கோகுல் கடைவாசலில் நின்றபடியே அவரையே பார்த்துக் கொண்டிருந்தான்.

இது என்ன தொல்லை. அவனை எப்படி சமாளிப்பது என எரிச்சலாக வந்தது. நல்லவேளையாக அதன்பிறகு அவனைக் காணவில்லை. இரண்டு மாதங்களுக்குப் பிறகு ஒரு நாள் அவரது அலுவலகத்திற்கு வந்திருந்தான். அவனைக் கண்டதும் சர்மா சிரித்தபடியே சொன்னார்:

"சார், உங்க ஆளு கோகுல் வந்துருக்கான்."

திருமணப் பத்திரிகையை பவ்யமாக நீட்டுகிறவர்களைப் போல அவன் கையில் மடித்து வைத்திருந்த காகிதங்களை அவர் முன்பாக நீட்டினான்.

அவர் தன் கையில் வாங்கவில்லை.

"சர்மாகிட்ட கொடுத்துட்டுப் போங்க" என்றார்.

"புதுக்கதை. ரெண்டு மாசம் டைம் எடுத்து எழுதி யிருக்கேன்."

"படிச்சிப் பாத்து சொல்றேன்."

"இந்தக் கதைல என்ன சார் பிரச்சனை?" என அப்பாவி போல கேட்டான் கோகுல்.

"இது கதையில்லை. குப்பை."

"அப்படிச் சொல்லாதீங்க சார், மனசு வலிக்குது. இது நான் பெத்த குழந்தை."

"அப்போ நீயே வச்சி சீராட்டிக்கோ... எங்களை விட்ரு" என்று அழுத்தமான குரலில் சொன்னார் சட்டநாதன்.

"வாழ்க்கைல நான் ரொம்ப கஷ்டப்பட்டுட்டேன் சார். வேலையில்லை. தங்குறதுக்கு இடம் இல்லே. இப்போ கூட கோடம்பாக்கத்துல இருந்து நடந்துதான் வர்றேன்" என சோகமான முகத்துடன் சொன்னான் கோகுல்.

"அதுக்கு நான் என்னப்பா செய்ய முடியும். யாருக்கு தான் கஷ்டம் இல்லே"

"அப்போ என் கதையை வெளியிட முடியாதா?"

“எங்களை விட்ரு. வேற எத்தனையோ பத்திரிகை இருக்கே. அங்கே போய்க் குடு.”

“அவங்க யாரையும் இப்படி நேர்ல பாத்துப் பேச முடியாதே. ஆபீஸ் உள்ளேயே விட மாட்டேங்கிறாங்க.”

“அதுதான் நாங்க பண்ணுற தப்பு.”

“கதைதானே சார். அதுல ஏன் இவ்வளவு நொள்ளை பாக்குறீங்க.”

“கதைப்பா. அது வெறும் சமாச்சாரமில்லை. அதை எப்படி உனக்குப் புரிய வைக்குறதுனு தெரியலை.”

“உங்களுக்கு இரக்கமே வராதா சார்“

“இதுல இரக்கப்பட என்ன இருக்கு... ஆர்ட் லிட்ரேச்சர்ல விட்டுக்கொடுக்குற பேச்சே கிடையாது. “

“என் மனப்பைச புரிஞ்சிக்கிடவே மாட்டீங்களா?”

“நான் என்ன உன் லவ்வரா உன் மனசைப் புரிஞ்சிக்கிட.”

“என்னைத்தான் யாருக்கும் பிடிக்கலைனு நினைச்சேன். என் கதையையும் யாருக்கும் பிடிக்கலை” என்றான் கோகுல்.

“இதெல்லாம் சினிமா வசனம். நீயா எதையும் பேச மாட்டியா?” என எரிச்சலுடன் கேட்டார் சட்டநாதன்.

“நீங்க இந்தக் கதையை பப்ளிஷ் பண்ணிடுங்க. அப்புறம் நான் உங்க பின்னாடி வரவே மாட்டேன்.”

இது என்ன புதுவகை பிளாக்மெயில் எனப் புரியவில்லை. கோபத்தை மறைத்தபடியே சொன்னார்:

“உன் கதையை எடுத்துக்கிட்டுக் கிளம்பு.”

அவன் கதையைக் கையில் வைத்தபடியே நின்று கொண்டிருந்தான். சர்மா அவனிடம் பேசி வெளியே அனுப்பி வைப்பது தெரிந்தது.

அன்றிரவு சட்டநாதன் வீட்டில் தாகூர் கதைகளை படித்துக் கொண்டிருந்தபோது திடீரென அந்த பையன் நினைவு தோன்றியது. அவன்மீது பரிதாபம் ஏற்பட்டது. இப்படி ஒரு சிறுகதை வெளியாகி என்ன நடந்துவிடப்போகிறது. ஆயிரமாயிரம் கதைகளில் ஒன்றாக இதுவும் கடந்து போய்விடும். இதை அறியாமல் எதற்காக இப்படித்

தன்னை வருத்திக் கொண்டிருக்கிறான். இந்த ஆசைக்குப் பின்னே வேறு ஏதாவது காரணம் இருக்குமா. இந்த ஊரில் யாரிடம்தான் கதையில்லை. தன்னை வளர்த்துக் கொள்ளாமல் ஒருவன் எப்படிப் படைப்பாளி ஆக முடியும். இசையில் இப்படி ஒரு கத்துக்குட்டிக்குத் தைரியம் வருமா.

கோகுலிடம் இருப்பது வீண்பிடிவாதம். அவனுடைய குறையாக மட்டும் இதை நினைக்கவில்லை. இந்த தலைமுறையே இப்படித்தானிருக்கிறது என்றும் தோன்றியது.

பத்து நாட்களின் பின்பாக ஒரு இரவில் கோகுலின் கதை அவரது எழுதும் மேஜையின்மீது இருப்பதைக் கண்டார்.

“இந்தக் கதை எப்படி இங்கே வந்தது!” என அதிர்ச்சியோடு கேட்டார்.

சட்டநாதனின் மனைவி வசந்தா சொன்னாள்:

“அந்தப் பையன் நான் எங்கே போனாலும் பின்னாடியே வந்துடுறான். பிரதோஷத்துக்கு சிவன் கோவிலுக்கு போனா அங்கே வந்து நிக்குறான். வீட்டைவிட்டு ஓடி வந்துட்டானாம். சினிமாவுல ட்ரை பண்ணுறானாம். அதுக்கு ஸ்டோரி பப்ளிஷ் ஆகியிருந்தா ஈஸியா சேத்துகிடுவாங்களாம். அவன் அம்மா டிபி பேஷண்டாம். அவன் சொந்தக்கதையைக் கேட்டா பாவமா இருக்கு.”

“கடைசில உன்னைப் பிடிச்சிக்கிட்டானா நல்லது” என்று சிரிப்போடு சொன்னார் சட்டநாதன்.

“ஒரு கதைதானே, போனா போகுதுனு போடுங்களேன்” என்றாள் வசந்தா.

“அப்படிப் போட முடியாது... போடவும் கூடாது” என்று உறுதியான குரலில் சொன்னார்.

“அப்போ நீங்களே ஒரு கதையை எழுதி கோகுல் பேர்ல போட்ருங்க. பாவம், அந்தப் பையன். பிழைச்சி போகட்டும்” என்றாள் வசந்தா.

இது என்ன புது பிரச்சனை என சட்டநாதனுக்குக் குழப்பமாக வந்தது.

அப்போது அவரது மனதில் கோகுலின் கவிழ்ந்த தலை நிமிர்ந்து தன்னைப் பார்த்து சிரிப்பது போல தோன்றியது.

○

10
பொய்களின் அகராதி

அவன் பொய்களின் அகராதி ஒன்றை உருவாக்க முனைந்தான். அதில் தான் அறிந்த பொய்களை, சொன்ன பொய்களை, நம்பிய பொய்களை வரிசையாகப் பட்டியலிட்டான். உலகில் உண்மையை விடவும் பொய்களின் எண்ணிக்கை அதிகம் என்பதை அப்போது உணரத் துவங்கினான்.

அநேகமாக ஒவ்வொருவரும் ஒரு நாளில் குறைந்த பட்சம் இரண்டு பொய்களையாவது சொல்லிவிடுகிறார்கள். இதில் அதிக பொய் சொல்கிறவர்கள் அதிகாரத்திலிருப்பவர்கள்.

அப்பா அம்மா சொன்ன பொய்கள். வீட்டோர் சொன்ன பொய்கள். காதலர்கள் சொல்லிய பொய்கள். பள்ளியில் பேசப்பட்ட பொய்களை வரிசையிட்டான். அப்போது பொய் சிறகில்லாமல் பறக்கும் பூச்சி என நினைத்தான்.

அரசும் சமயங்களும் சொன்ன பொய்களைத் திரட்டும் போது அதிர்ச்சியாக இருந்தது. கலைஞர்கள், கவிகள், சிந்தனாவாதிகள் சொன்ன பொய்களை அதன் வசீகரத்திற்காக இணைத்துக் கொண்டான்.

சிறார்கள் சொல்லும் பொய்கள் எடையற்று இருப்பதை உணர்ந்தான். நோயாளிகள் பொய்களாலே உயிர்த்திருக்கிறார்கள். பழச்சாறு போல பொய் ருசியாக, தேவையாக இருக்கிறது என்பதை அறிந்து கொண்டான்.

பொய்களின் அகராதி முடிவில்லாத பக்கங்களைக் கொண்டது. உலகம் எவ்வளவுபெரியதோ அவ்வளவு பெரியது என்பதைப் புரிந்துகொண்ட போது தனக்கு தானே சொல்லிக் கொண்டான்.

நான் ஒரு பொய்யன்.

O

11

நீல விருட்சம்

இமய பர்வத்தில் எங்கோ நீலநிறமான நிழல் கொண்ட விருட்சம் ஒன்றிருப்பதாக நிமலன் ஒரு புத்தகத்தில் படித்தார். அந்த விருட்சத்தின் நிழலில் அமர வேண்டும் போல ஆசை உருவானது.

நீலநிழல் கொண்ட விருட்சத்தைத் தேடி நிமலன் வீட்டிலிருந்து கிளம்பியபோது வயது நாற்பது. அந்த வயதில் மனதில் அடிக்கும் எண்ணங்களின் அலைவேகம் மிக அதிகமாக இருக்கும். ஆகவே அவர் குழப்பத்தில் ஆழ்ந்தார். உடலின் பாதியை வீடும் மறுபாதியை உலகமும் இழுப்பதாக உணர்ந்தார்.

வீட்டிலிருந்து வெகுதொலைவிலிருக்கும் இமயத்தை நோக்கிய அவரது பயணம் ஒரு சைக்கிளில் துவங்கியது.

சில மைல் தொலைவில் அவர் தனது சைக்கிளை ஒரு மரத்திடம் ஒப்படைத்தார்.

ஒரு லாரியில் ஏறினார். சில நாட்கள் பயணத்தில் அந்த லாரியை சிறுநகரிடம் ஒப்படைத்தார்.

அங்கிருந்து வேன் ஒன்றில் பயணம் செய்தார். ஒரு இரவும் மறுபகலும் சென்றபின்பு அந்த வேனை மழையிடம் ஒப்படைத்தார்.

அடைமழை விடும்வரை இடிந்த மண்டபம் ஒன்றில் சில நாட்கள் தங்கியிருந்தார். பின்பு இமயத்தின் அடிவாரத்தை நோக்கி நடந்தே சென்றார்.

பருவகாலம் மாறியபோது அவர் இமயத்தின் அடிவாரத்திலிருந்தார்.

அங்கே எவரும் நீலநிழல் உள்ள விருட்சத்தை அறிந்திருக்கவில்லை.

நாலு ஆண்டுகள் சாதுக்களுடன், வணிகர்களுடன். யாத்ரீகர்களுடன் சுற்றி அலைந்து தேடியும் அதைக் காண முடியவில்லை.

முடிவில் ஒரு நாள் கங்கைக்கரையோர சாதுவைச் சந்தித்தார். அந்த சாது இவ்வளவுதானா என்பது போல சொன்னார்:

எல்லா மரத்தின் நிழலும் வண்ணமானதே. அதைப் பறவைகள் மட்டுமே அறியும் என்றார்.

அதன்பின்பு பறவையாகும் வழியைத் தேடி நிமலன் நடக்கத் துவங்கினார்.

பின்பு வீடு திரும்பவேயில்லை.

௦

12

காலத்தின் குரல்

விளம்பரப் படத்திற்கான இசைக்கோர்வையை உருவாக்க ரவி மூன்று நாட்களாகப் போராடிக் கொண்டிருந்தான். சரியாக வரவேயில்லை. வடபழனியிலுள்ள சிறிய அறைக்குள் ஒடுங்கிக் கொண்டு எத்தனை நாள் இப்படிப் போராடிக் கொண்டிருப்பது என ஆத்திரமாக வந்தது.

அவனது செல்போன் அடிக்கும் சப்தம் கேட்டது. பாதி வேலையில் எழுந்து போனை எடுத்து யார் வேண்டும் என்று கோபமாகக் கேட்டான். கவர்ச்சியான பெண் குரல். “உங்களோடு பேசுவதில் மகிழ்ச்சி. என் பெயர் பூா. நீங்கள் எங்கே வசிக்கிறீர்கள்? எந்த ஆண்டு நடக்கிறது” என்று கேட்டது. இது என்ன கேள்வி என்று எரிச்சலுடன். “என் பெயர் ரவி. சென்னையில் வசிக்கிறேன். இப்போது 2021ஆம் வருஷம் நடக்கிறது” என்றான்.

“2021 ஆ” என்று அவள் ஆச்சரியமாகக் கேட்டாள். இதில் என்ன ஆச்சரியமிருக்கிறது என்று நினைத்தபடியே போனை துண்டிக்க முற்படும்போது. “நானிருப்பது 2321 வருஷத்தில்” என்றாள்.

“முந்நூறு வருஷத்துக்கு அப்பாலிருந்து எப்படிப் பேச முடியும்” என்று கேட்டான்.

“நான் டைம் போனில் பேசுகிறேன். இது புதுவகைப் போன். இதன் வழியே எந்தக் காலத்திற்கும் தொடர்பு கொள்ள முடியும். இது எனது புதிய கண்டுபிடிப்பு” என்றாள்.

அவள் சொல்வது உண்மையா, பொய்யா எனக் குழப்பமாக இருந்தது. “உங்களால் நம்ப முடியாது என்று தெரியும். நம்பும்படியாக நாளை ஒரு தகவல் சொல்கிறேன் நன்றி” எனப் போனைத் துண்டித்துவிட்டாள்.

மறுநாள் அவளே அழைத்துச் சொன்னாள். "உங்கள் எதிர்காலம் முழுவதும் இங்கே ஆவணக்காப்பகத்தில் இருக்கிறது. அதை முழுமையாக என்னால் பார்க்க முடியாது. சிறப்பு அனுமதி பெறவேண்டும். ஆனால் ஒரு சில தகவல்களை எடுக்க முடியும். நாளை உங்களைக் காண சிங்கப்பூரிலிருந்து ஒருவர் வருவார். அவர் மூலம் நீங்கள் சினிமா இசையமைப்பாளராக மாறிவிடுவீர்கள். இது உண்மை."

அவள் சொன்னது போலவே மறுநாள் அருள்பிரகாசம் என்ற தயாரிப்பாளர் அவனைத் தேடி வந்தார். அவனது இசை பிடித்துள்ளதாகச் சொல்லி அட்வான்ஸ் கொடுத்து புதிய படத்தின் இசையமைப்பாளராக ஒப்பந்தம் செய்தார். அந்தப்படம் வெளியாகி பெரிய வெற்றியைப் பெற்றது. வரிசையாக வெற்றிகள் அவனைத் தொடர ஆரம்பித்தன. அவளிடமிருந்து அதன்பிறகு போனே வரவில்லை.

திடீரென ஒரு இரவு அந்தப் பெண் போனில் அழைத்து "உங்கள் வாழ்க்கை ஒரு பெண்ணால் வீழ்ச்சியடைந்திருக்கிறது. அவளிடம் மட்டும் நீங்கள் கவனமாக இருந்திருக்கக் கூடாதா என்று ஏக்கமாக இருக்கிறது" என்றாள்.

"அவள் பெயரென்ன. எப்படியிருப்பாள்?" என்று கேட்டான் ரவி.

அவள் பதில் சொல்வதற்கு முன்பு போன் இணைப்பு துண்டிக்கப்பட்டது. எந்தப் பெண் என்று அவனால் அறிந்து கொள்ள முடியவில்லை. அதன் பிறகான நாட்களில் அவன் காணும் பெண்கள் யாவரையும் விட்டு ஒதுங்கினான். எந்தப் பெண்ணோடும் பேசவும் பயந்தான். இந்த அச்சம் நாளடைவில் ஒரு மனநோயாக மாறியது. இசையில் அவனால் கவனம் செலுத்த முடியவில்லை. அவனுக்குச் சிகிச்சை அளிக்க வந்த டாக்டர் மிருதுளா இது வெறும் கற்பனை என்று ஆறுதல் சொல்லி மருந்துகள் கொடுத்தாள். கொஞ்சம் கொஞ்சமாகப் பயத்திலிருந்து விடுபட்டு இசையில் கவனம் செலுத்தினான். ஆறு மாதங்களில் அந்தப் பயம் முற்றிலும் விலகிப்போனது.

பூா சொன்னது போல எதுவும் நடக்கவில்லை. இதற்கிடையில் டாக்டர் மிருதுளா அவனது இசையில் மயங்கி அவனைக் காதலிக்க ஆரம்பித்தாள். அது வளர்ந்து

திருமணமாகியது. அவர்கள் குடும்ப வாழ்க்கை இனிமையாகப் போய்க் கொண்டிருந்தது. சினிமாவில் அவன் நிறையப் பணமும் புகழும் சம்பாதித்தான். நீண்ட பல மாதங்களின் பின்பு ஒரு இரவில் ழா அவனிடம் பேசினாள்.

"காலத்தொடர்பினை அரசாங்கம் தடை செய்துவிட்டது. ஆகவே ரகசியமாகத்தான் பேச முடியும். அந்தப் பெண்ணின் பெயரைச் சொல்ல மறந்துவிட்டேன். அவள் பெயர் டாக்டர் மிருதுளா."

o

13
வானில் எவருமில்லை

தியேட்டரில் பாதிப் படம் நடந்து கொண்டிருக்கும் போதே சித்ராவிற்குப் பசிக்க ஆரம்பித்தது. ஆனால் அவள் அதைக் காட்டிக் கொள்ளவில்லை.

மணி எட்டைக் கடந்தவுடன் வயிறு தானே பசிக்கத் துவங்கிவிடுகிறது. ஒன்பது மணிக்குள் இரவு உணவைச் சாப்பிட்டு முடித்து விடுவதுதான் அவளது வழக்கம். ஆனால் சினிமாவிற்குப் போகும் நாட்களில் என்ன செய்வது.

இடைவேளையின் போது பாப்கார்ன் சாப்பிட்டார்கள். ஆனாலும் பசி அடங்கவில்லை. திரையில் ஓடும் காட்சிகளில் அவளது மனம் கூடவில்லை. எப்போது வீட்டிற்குப் போவோம் என்றிருந்தது.

அருகில் அமர்ந்து படம் பார்த்துக் கொண்டிருந்த கார்த்திக் தன்னை மறந்து படம் பார்த்துக் கொண்டிருந்தான். வலது பக்கம் அமர்ந்திருந்த அவளது எட்டு வயது மகள் ப்ரியாவிடம் "பசிக்கிறதா?" என்று மெதுவான குரலில் கேட்டாள். "ஆமாம்" என அவள் தலையாட்டினாள்.

ப்ரியா பெரும்பான்மை நாட்கள் ஒன்பது மணிக்கெல்லாம் தூங்கிவிடுவாள். இருவர் மட்டும் எழுந்து வெளியே போய் ஏதாவது சாப்பிட்டு வரலாமா என்று நினைத்தாள். ஆனால் கார்த்திக் கோவித்துக் கொள்வான். படம் விட்டதும் வெளியே போய்ச் சாப்பிடலாம் என்று சொல்லியிருந்தான். இன்னும் படம் எவ்வளவு நேரம் ஓடும் என்று தெரியவில்லை.

பசியை அடக்கிக் கொண்டு காத்திருக்க வேண்டியது தான். திரையைப் பார்க்கப் பிடிக்காமல் செல்போனில் வந்திருந்த வாட்ஸ்அப் செய்திகளைப் பார்த்துக் கொண்டிருந்தாள்.

அன்றைக்கு அவர்களின் திருமண நாள்.

பத்தாவது திருமண நாளைக் கொண்டாடுகிறார்கள்.

சித்ரா அலுவலகத்திற்கு லீவு போட்டிருந்தாள். ஆனால் கார்த்திக் அலுவலகம் போய்விட்டு மாலை வந்துவிடுவதாகச் சொல்லியிருந்தான். அவர்களுக்குத் திருமண நாளை எப்படிக் கொண்டாடுவது எனத் தெரியவில்லை. புத்தாடைகள் அணிந்துகொண்டு கோவிலுக்குப் போவது. அப்புறம் சினிமா. இரவு ஏதாவது ஒரு நான்வெஜ் ஹோட்டல் இப்படித்தான் இத்தனை ஆண்டுகளாகக் கொண்டாடி வருகிறார்கள். அது சித்ராவிற்குச் சலிப்பை ஏற்படுத்தியிருந்தது.

நாமாகச் சந்தோஷத்தை உருவாக்கிக் கொள்ள முடியவில்லை. யாராவது எதிர்பாராத மகிழ்ச்சியை ஏற்படுத்துவார்களா என்றாலும் நடப்பதில்லை. பிறந்தநாளை எப்படிக் கொண்டாடினார்களோ, அது போலவேதான் திருமண நாளையும் கொண்டாடுகிறோம். இதில் என்ன வேறுபாடு.

சில ஆண்டுகள் நண்பர்களை அழைத்துச் சிறிய விருந்து வைத்துப் பிறந்த நாளைக் கொண்டாடியிருக்கிறார்கள். ஆனால் அந்தச் சந்திப்பு உண்மையாக இல்லை. பொய்யாகச் சிரித்துக் கொண்டு போலியாக நடித்துக் கொண்டு பேசும் விருந்தினர்களின் சந்திப்பாக மாறியது. அதைவிடவும் சிலரை வேண்டுமென்றே தவிர்த்துவிட்டோம் என்ற குற்றச்சாட்டு. வந்தவர்களில் சிலருக்கு சாப்பாடு பிடிக்கவில்லை என்ற குற்றச்சாட்டு எனத் தேவையில்லாத பிரச்சனைகள் உருவாகவே அதையும் தவிர்த்துவிட்டார்கள்.

ஒன்பதாவது திருமண நாள் கொண்டாட்டத்திற்கும் பத்தாவது திருமண நாள் கொண்டாட்டத்திற்கும் ஒரு வேறுபாடுமில்லை. ஆனாலும் அதை மகிழ்ச்சியோடு அனுபவிப்பது போலக் காட்டிக் கொள்ள வேண்டியிருக்கிறது.

அன்றைக்குக் காலையில் ப்ரியாவை ஸ்கூலுக்கு லீவு போடச் சொல்லி தன்னோடு வீட்டிலிருக்க வைத்தாள். அதற்கு கார்த்திக் கோவித்துக் கொண்டான்.

"அவ லீவு போட்டு வீட்ல என்ன செய்யப்போறா"

“நான் மட்டும் என்ன செய்யப்போறேன் . பரவாயில்லை இருக்கட்டும்.”

“அதைத்தான் நானும் கேக்குறேன். நாம ஒண்ணும் சின்னபிள்ளை இல்லை சித்ரா. நீயே ஆபீஸ் போயிட்டு வரலாம். ஈவினிங்தான் வெளியே போறோமே.”

“எனக்கு இன்னைக்கு ஆபீஸ் போகப் பிடிக்கலை. நான் லீவு போட்டுட்டேன்.”

“அது உன் இஷ்டம். ஆனால் பாப்பா ஸ்கூலுக்குப் போகட்டும்.”

“ஒரு நாள் லீவு போட்டா ஒண்ணும் ஆயிராதுப்பா.”

“அப்புறம் உன் விருப்பம்” என்றபடியே அவன் முகத்தை இறுக்கமாக்கிக் கொண்டான். திருமண நாள் அதுவுமாக அவனுடன் சண்டை போட சித்ரா விரும்பவில்லை.

அவன் பைக்கை எடுக்கும்போது தயக்கத்துடன் கேட்டாள்.

“லன்ச்சுக்கு வீட்டுக்கு வந்துரலாம்லே.”

“பாக்குறேன். நிறைய வேலையிருக்கு.”

“நாங்க வேணும்னா... உன் ஆபீஸ் வந்துருறோம். அப்படியே ஈசிஆர்ல போயி லன்ச் சாப்பிடுவோம்.”

“அது வேணாம். நான் வீட்டுக்கு வரப்பாக்குறேன்.”

“இன்னைக்கு அவியல், பொறியல், கூட்டு, பச்சடி பாயாசம்னு நிறையப் பண்ணப் போறேன்.”

“சரி வந்துருறேன். ஆனால் கொஞ்சம் லேட் ஆகும்.”

“நாங்க வெயிட் பண்ணுறோம்.”

கார்த்திக் புது டிரஸ் அணிந்து கொண்டு ஆபீஸ் கிளம்பிப் போன பிறகு அவளும் ப்ரியாவும் வீட்டிலிருந்தார்கள். தனது திருமண ஆல்பத்தை எடுத்துப் புகைப்படங்களைப் பார்த்துக் கொண்டிருந்தாள் சித்ரா. அப்போது இருந்ததை விடவும் இப்போது குண்டாகியிருக்கிறோம். திருமண நாளில் செய்துகொண்ட ஒப்பனை சரியாக இல்லை. காதோரம் முடி பறக்கிறது. அதைக் கவனிக்கவேயில்லை.

கல்யாண நாளில் அணிந்திருந்த நிறைய நகைகள் அவளது சித்தியுடையது. அதை ஒரு நாள் அணிந்து கொள்ள இரவல் தந்திருந்தாள். அந்த நகைகளைத் தானே சம்பாதித்து வாங்கிவிட வேண்டும் என்று சித்ரா ஆசைப்பட்டாள் இத்தனை வருஷத்தில் அது நடக்கவேயில்லை.

சிறுவயதில் வானிலிருந்து தேவதைகள் பூமிக்கு இறங்கி வந்து மகிழ்ச்சியான பரிசைத் தருவார்கள் என்று கற்பனை செய்து கொண்டிருந்தாள். திருமணமான பிறகு வானில் எவருமில்லை. நமது சந்தோஷங்களை நாமாக உருவாக்கிக் கொள்ள வேண்டியதுதான் என்பதை உணர்ந்திருந்தாள்.

. . .

ப்ரியாவும் அவளும் சூப்பர் மார்க்கெட்டிற்காக ஷேர் ஆட்டோ பிடித்துக் கிளம்பும்போது மணி பத்தரை ஆகியிருந்தது. அவர்கள் மெயின்ரோட்டில் இறங்கிக் கொண்டார்கள். சிக்னலைத் தாண்டிச் சென்றால் இடது பக்கமிருந்தது சூப்பர் மார்க்கெட். போகிற வழியில் இருந்த ஷிவானி ரெடிமேட் கடையைத் தாண்டும்போது ப்ரியாவிடம் கேட்டாள்.

"நீ ஒரு புதுடிரஸ் வாங்கிடுறயா?"

"எனக்கு எதுக்கும்மா" என்றாள் ப்ரியா.

"வெட்டிங்டேக்கு நாங்க மட்டும்தான் புதுசு போடணுமா?"

"அப்போ புது டிரஸ் வாங்கலாமா?" என ஆசையாகக் கேட்டாள் ப்ரியா.

இருவரும் ரெடிமேட் கடையினுள் நுழைந்தார்கள். ப்ரியாவிற்காகப் புது ஆடைகளைத் தேர்வு செய்வதற்குள் தனக்கு ஏதாவது புதிய புடவை கிடைக்கிறதா என்றும் சித்ரா தேடினாள். அவளுக்குப் பிடித்தமான மயில்கழுத்துக் கலரில் ஒரு புடவை கிடைத்தது. வாங்கிக் கொள்ளலாமா என்று தயக்கமாக இருந்தது.

"வாங்கிக்கோம்மா. அப்பா ஒண்ணும் சொல்லமாட்டார்" என்றாள் ப்ரியா.

கார்த்திக்கிற்குப் போன் செய்து கேட்கலாமா என்று தோன்றியது. வெட்டிங் டேவுக்கு எனப் பட்டுப்புடவை

எடுத்து வைத்திருக்கிறாள். அதைவிட இதைக் கட்டிக் கொள்வது அழகாகயிருக்கும் என்று தோன்றியது.

ப்ரியா வெள்ளையில் பூவேலைப்பாடுகள் செய்த எத்னிக்வேர் பார்ட்டி டிரஸ் ஒன்றைத் தேர்வு செய்திருந்தாள்.

சிறுவயதில் இப்படி எல்லாம் உடை அணிந்து கொள்ள வேண்டும் என்று சித்ரா ஆசைப்பட்டிருக்கிறாள். ஆனால் அவளது அப்பா வாங்கித் தரவேயில்லை.

'பொம்பளை பிள்ளை வெள்ளை டிரஸ் போடக்கூடாது' என்று அப்பா கண்டிப்புடன் சொல்லிவிடுவார்.

ஆனால் எத்னிக்வேர் பார்ட்டி டிரஸ் அத்தனை அழகாக இருந்தது. அதன் விலையைப் பார்த்தபோது எட்டாயிரத்து முந்நூறு ரூபாய் என்றிருந்தது. நிச்சயம் கார்த்திக் கோவித்துக் கொள்வான். ஆனாலும் ப்ரியா ஆசைப்படுகிறாள்.

ப்ரியா ஏக்கத்துடன் அம்மாவைப் பார்த்துக் கொண்டிருந்தாள்.

"வாங்கிக்கோ" என்றாள் சித்ரா.

இருவரும் ஆளுக்கு ஒரு புது ஆடை வாங்கிக் கொண்டு கடையை விட்டு வெளியே வந்தபோது அத்தனை சந்தோஷமாக இருந்தது. இப்படி யாராவது நம்மை அழைத்துக் கொண்டு போய் வேண்டியதை வாங்கிக் கொள்ளுங்கள் என்று சொல்லமாட்டார்களா என்று மனதிற்குள் ஏக்கமாகவும் இருந்தது.

சூப்பர் மார்க்கெட்டில் ப்ரியா அப்பா அம்மாவிற்கு ரகசியமாகக் கொடுப்பதற்காக ஒரு சாக்லேட் பார் வாங்கி வைத்துக் கொண்டாள். பை நிறையப் பொருட்களுடன் அவர்கள் வீடு திரும்பி வரும்போது டெய்லர் கடையை ஒட்டிய ஐஸ்கிரீம் ஷாப்பில் பாதாம் ஐஸ்கிரீம் சாப்பிட்டார்கள். ப்ரியா மிகவும் சந்தோஷமாக இருந்தாள்.

வீடு வந்து சேர்ந்தவுடன் சித்ரா தன்னை அறியாமல் "ஒரு இனிய மனது இசையை அணைத்துச் செல்லும்" என்ற அவளுக்குப் பிடித்த சினிமா பாடலை முணுமுணுத்தாள். அந்தப் பாட்டினை ப்ரியா ரசித்தபடியே சொன்னாள்:

"உங்க வெட்டிங்டே அன்னைக்கு யாராவது பாட்டு பாடுனாங்களாம்மா?"

பகலின் சிறகுகள் ✦ 115

"இல்லையே."

"சினிமாவுல மட்டும் பொண்ணு மாப்பிள்ளையைச் சுற்றி பாடுறாங்க."

"அது சினிமா கல்யாணம். இது நிஜக் கல்யாணம்."

"நிஜக்கல்யாணத்துல ஏன் பாட மாட்டேங்குறாங்க?"

"ஆமாம். ஏன் பாடக்கூடாது. ஆனால் யாருக்குப் பாடத்தெரியும்" என்று மனதிற்குள் தோன்றியது.

சமையல் செய்ய நேரமாகிவிட்டது என்பதால் அவசரமாக அவள் சமையல் வேலையைத் துவங்கினாள். இதற்குள் ப்ரியா தனது புது டிரஸ்ஸைப் போட்டுக் கொண்டு வந்து அவளிடம் காட்டினாள். அத்தனை அழகாக இருந்தது. தான் சிறுவயதில் இப்படித் தானே இருந்தோம் என்ற நினைப்புடன் மகளை இழுத்து அணைத்து தலையைத் தடவிக் கொடுத்தாள்.

"நான் அழகா இருக்கேனாம்மா" என்று கேட்டாள் ப்ரியா.

"ரொம்ப அழகா இருக்கே."

"எங்க கிளாஸ்ல ரீமாதான் ரொம்ப அழகு... ஸ்கின் எல்லாம் எப்படி ஜொலிக்கும் தெரியுமா."

"அது நேச்சரல் இல்லை பாப்பா. உன் ஸ்கின்தான் நேச்சரல்" என்றாள் சித்ரா. அப்படிச் சொல்லித்தான் ஆறுதல் பட்டுக்கொள்ள வேண்டும்.

ப்ரியா தனது உடையைத் தானே ரசித்தபடியே அம்மா போனில் புகைப்படம் எடுத்துக் கொண்டாள். பிறகு தயக்கத்துடன் கேட்டாள்:

"இந்த போட்டோவை டாடிக்கு அனுப்பவா?"

"வேண்டாம். சர்ப்ரைஸா இருக்கட்டும்" என்றாள் சித்ரா.

சமைக்கும்போது அவளை அறியாமல் மனதில் பாட்டு சுரந்தபடியே இருந்தது. இத்தனை சந்தோஷமாக என்றாவது ஒரு நாள்தான் சமைக்க முடிகிறது. மற்ற நாளில் அது ஒரு வேலை. அதுவும் தவிர்க்க முடியாத வேலை.

அன்றைக்கு அவள் நிறைய உணவு வகைகளைச் சமைத்தாள். பாயாசம் தயரானதும் அவளும் ப்ரியாவும் ஆளுக்கு ஒரு டம்ளர் குடித்துக் கொண்டார்கள். டைனிங் டேபிளில் எல்லா உணவினையும் எடுத்துக் கொண்டு போய் வைத்துவிட்டு அவர்கள் கார்த்திக் வருவதற்காகக் காத்திருந்தார்கள்.

புதுச்சேலையை இப்போதே கட்டிப் பார்த்துவிடலாம் என்று நினைத்த சித்ரா படுக்கை அறைக்குச் சென்று மயில்கழுத்து நீலத்திலுள்ள சேலையைக் கட்டிக் கொண்டு வெளியே வந்தபோது ப்ரியா வியப்புடன் அவளைப் பார்த்தபடியே சொன்னாள்:

"சூப்பரா இருக்கும்மா."

"அம்மா அழகா இருக்கேனா?"

"ரொம்ப அழகா இருக்கே" என்றபடியே அருகில் வந்து புடவையைத் தொட்டுத் தடவினாள் ப்ரியா.

அவர்கள் புது டிரஸ் அணிந்து கொண்டு காத்திருந்தார்கள். மணி இரண்டினைத் தாண்டியும் கார்த்திக் வரவில்லை. சித்ரா அவனுக்குப் போன் செய்தாள். போனை எடுக்கவில்லை. அவர்களால் பசியைப் பொறுக்க முடியவில்லை. சாப்பிட்டுவிடலாமா என்றுகூட நினைத்தார்கள். இரண்டரை மணிக்கு கார்த்திக் வந்தபோது அவள் கோபத்தைக் காட்டிக் கொள்ளவில்லை.

"சாரி சித்ரா. ஆபீஸ்ல பிரண்ட்ஸ் எல்லாம் சேர்ந்து ட்ரீட் கொடுக்கச் சொல்லிட்டாங்க. புகாரி போயிட்டோம்."

"பரவாயில்லை. அதைப் போன் பண்ணி சொல்லியிருக்கலாம்லே."

"நான் பிரியாணி கொஞ்சம்தான் சாப்பிட்டேன். வீட்ல சாப்பிடணும்லே" என்று பொய்யான புன்னகையுடன் சொன்னான்.

அவர்கள் ஒன்றாகச் சாப்பிட்டார்கள். விதவிதமான உணவு வகைகளைப் பற்றி அவன் எதுவும் சொல்லவில்லை. நீண்டநேரம் பசித்துச் சாப்பிட்ட காரணத்தால் அவளுக்கும் சாப்பாடு பிடிக்கவில்லை. பாயாசத்தைக் கண்ணாடிக்

கிண்ணம் ஒன்றில் எடுத்துக் கொண்டு டிவி முன்பாகப் போய் உட்கார்ந்தபடியே கார்த்திக் கேட்டான்:

"பாப்பா புது டிரஸ் போட்டிருக்கா. இது எப்போ வாங்கினது?"

"மார்னிங்தான். நானும் அம்மாவும் வாங்கினோம். அம்மா கட்டியிருக்கிறதும் புதுச் சேலைதான்" என்றாள் ப்ரியா.

"ஏன் பாப்பா வொயிட் டிரஸ் வாங்கிருக்கே. இது உடனே அழுக்காகிடும்."

தன் அப்பா பேசுவது போலவே அவளுக்குக் கேட்டது. ஆத்திரத்தை மறைத்துக் கொண்டு சொன்னாள்:

"அழுக்கானா துவைச்சிக்கிடலாம்."

"உனக்கு எதுக்குப் புது டிரஸ். அதான் பட்டுப்புடவை வாங்கியிருக்கியே" என்றான் கார்த்திக்.

"இந்த கலர் என்கிட்ட இல்லை" என்றாள்.

நல்லவேளையாக அவன் ப்ரியா டிரஸ் எவ்வளவு விலை என்று கேட்கவில்லை.

"நான் திரும்ப ஆபீஸ் போகணும். நீங்க ஆறுமணிக்கு நேரா ஷாப்பிங் மால் வந்துடுங்க..."

"அப்போ கோவில்."

"அது இன்னொரு நாள் போகலாம். இன்னைக்கு நேரமில்லை."

அலுவலகத்திலிருந்து போன் வந்தவுடன் கார்த்திக் கிளம்பினான். அணிந்திருந்த புது டிரஸைக் கழட்டி வைத்துவிட்டு இருவரும் மாற்று உடைகளை அணிந்து கொண்டார்கள். ப்ரியா டிவி பார்த்துக் கொண்டிருந்தாள். சித்ரா படுக்கை அறைக்குச் சென்று உறங்கிவிட்டாள். மாலை ஐந்து மணிக்குத்தான் எழுந்து கொண்டாள்.

அன்றைக்கு அதிசயமாகப் பகலில் அவளுக்குக் கனவு வந்தது. அதிலும் அவள் புத்தாடை அணிந்திருந்தாள். தலைசீவி பட்டுப்புடவையைக் கட்டிக் கொண்டு அவள் கிளம்பியபோது ப்ரியா தயாராகி நின்றிருந்தாள். அவர்களாக ஒரு ஆட்டோ பிடித்து ஷாப்பிங் மாலுக்குச் சென்றார்கள்.

ஷாப்பிங் மாலில் அதிகக் கூட்டமில்லை. ஒவ்வொரு கடையாக வேடிக்கை பார்த்தபடியே எஸ்கலேட்டரில் ஏறி திரையரங்கு இருந்த நான்காவது தளத்தை அடைந்தார்கள். கார்த்திக் வரும்வரை அங்கே காத்திருந்தார்கள். அவர்களைப் போல அன்று திருமண நாளைக் கொண்டாடும் யாராவது வருவார்களா என்று மனதிற்குள் ஆசையாக இருந்தது. ஆங்கிலப் படம் விட்டு நிறைய இளைஞர்கள் வெளியே வந்தார்கள்.

கார்த்திக் அலுவலகத்தைவிட்டுக் கிளம்பி விட்டானா என்று கேட்பதற்காகப் போன் செய்தாள். அவன் போனை எடுக்கவில்லை. அகன்ற திரையில் ஓடிக் கொண்டிருந்த விளம்பரங்களைப் பார்த்தபடியே அவர்கள் நின்றிருந்தார்கள்

"இதே மாதிரி நாமளும் ஒரு கார் வாங்கணும்மா" என்றாள் ப்ரியா.

"அந்த காரோட விலை நாற்பது லட்சம்" என்றாள் சித்ரா.

"அப்போ வேற கார் வாங்குவோம்" என்றாள் ப்ரியா.

"முதல்ல வீடு வாங்கணும். அப்புறம்தான் கார்."

"இதை நீயும் சொல்லிக்கிட்டே இருக்கே. ஆனா நடக்கவே நடக்கலை."

"வீடு வாங்கணும்னா மினிமம் அறுபது எழுபது லட்சம் வேணும்" என்று பெருமூச்சுடன் சொன்னாள் சித்ரா.

இளஞ்சிவப்பில் லினன் சட்டை அணிந்த ஒரு இளைஞன் தன்னையே பார்த்துக் கொண்டிருப்பதை சித்ரா உணர்ந்தாள். தன்னை அவன் ரசிக்கிறான் என்றே தோன்றியது. நல்லவேளை, அதை ப்ரியா கவனிக்கவில்லை. அந்த இளைஞனை தேடி ஜீன்ஸ் பிளாக் டாப் அணிந்த ஒரு இளம்பெண் வந்தாள். இருவரும் கைகோர்த்தபடியே நான்காவது திரைஅரங்கினுள் நுழைந்தார்கள். இப்படிப் பொது இடத்தில் இதுவரை அவள் கார்த்திக்கோடு கைகோர்த்து நடந்ததில்லை. இதெல்லாம் ஒரு ஆசையா என்று தோன்றியது.

கார்த்திக் வந்து சேர்ந்தபோது மணி ஆறு நாற்பதாகி யிருந்தது.

"படம் ஏழு மணிக்குதான்."

"அப்போ லேட்டா வந்துருப்போம்ல."

"நான் கவனிக்கலே. உள்ளே வரும்போதுதான் பார்த்தேன்."

அவர்கள் சினிமா தியேட்டர் உள்ளே நுழைந்தார்கள். கார்த்திக் போனில் யாருடனோ பேசிக்கொண்டே நடந்து வந்தான்.

...

படம் முடிந்து வெளியே வந்தபோது பத்து மணியாகியிருந்தது.

"செகண்ட் ப்ளோர்ல ஒரு ஹோட்டல் இருக்கு. அங்கேயே சாப்பிடலாம்" என்றாள் சித்ரா.

"அது காசு பிடுங்குற ஹோட்டல். சிக்கன் சூப் நானூறு ரூபாய். தெண்டம். சாப்பாடும் நல்லா இருக்காது. நாம புதுசா திறந்திருக்கிற ரெட்சில்லீஸ் போவோம்."

"அது எங்க இருக்கு?"

"மேப் போட்டு பாத்துக்கிடுவோம்."

"இப்பவே மணி பத்து" என்றாள் சித்ரா.

"பக்கத்துலதான் இருக்கு. போயிடலாம்" என்றான் கார்த்திக்.

அவர்கள் பைக்கில் கிளம்பினார்கள். மேப்பில் காட்டிய இடத்தில் ஹோட்டல் இல்லை. சுற்றி அலைந்து இரண்டு தெருவின் பின்னால் இருந்த ஹோட்டலைக் கண்டுபிடித்தார்கள். சிறிய இடம். அதிகக் கூட்டமிருந்தது. காத்திருந்து அவர்கள் இடம்பிடித்தார்கள்

ப்ரியா அசதியான முகத்துடன் "தூக்கம் வருதும்மா" என்றாள்.

"உனக்கு பிடிச்ச வீச்சுப் பரோட்டா சாப்பிடு" என்றான் கார்த்திக்.

ப்ரியா தலையாட்டிக் கொண்டாள். அவர்கள் ஆர்டர் செய்த உணவைத் தயார் செய்துகொண்டு வருவதற்கு அரைமணி நேரமாகியது. உணவில் ஒரே காரம். அவளால் சாப்பிட முடியவில்லை. கார்த்திக் கொத்து பரோட்டாவை

ருசித்துச் சாப்பிட்டான். ப்ரியா தூக்க கலக்கத்தில் பரோட்டாவைக் கொறித்தாள். மீதமான உணவை பார்சல் பண்ணி வாங்கிக் கொண்டு அவர்கள் வீடு நோக்கி கிளம்பும்போது பதினோரு மணியைத் தாண்டியிருந்தது.

அவர்கள் குடியிருந்த வீடு ஜாபர்கான் பேட்டையினுள் இருந்தது. வழியில் நிறையத் தெரு நாய்கள். அடுக்குமாடிக் குடியிருப்பில் குடியிருக்கக் கார்த்திற்கு விருப்பமில்லை. உள்ளோடியிருந்தாலும் அங்கேதான் தனி வீடு வாடகைக்குக் கிடைத்தது. கூவத்தை ஒட்டிச் செல்லும் பாதையது. நிறையக் கொசுக்கள். அவர்கள் குடியிருந்தது இரண்டு படுக்கைகள் உள்ள வீடு.

அந்த வீதியில் இருந்த எவருடனும் அவர்களுக்குப் பழக்கமில்லை. பைக் இருப்பதால் தேவையானதை மெயின் ரோட்டில் போய் வாங்கிக் கொள்ளலாம். நிறைய ஷேர் ஆட்டோ உள்ளது. சித்ரா தினமும் ஷேர் ஆட்டோவில்தான் அலுவலகம் போய் வந்தாள்.

திரும்பி வர லேட்டாகும் என்று அவள் முன்யோசனையாக வெளியே இருந்த லைட்டைப் போட்டுவந்திருந்தாள். அந்த வெளிச்சம் தெருவில் நுழையும்போது தனியே தெரிந்தது.

பைக்கை நிறுத்திவிட்டு கார்த்திக் முன்கேட்டைத் தள்ளியபடி "சாவியைக் கொடு" என்றான்.

அவள் தனது ஹேண்ட்பாக்கினுள் கையை விட்டுத் தேடினாள். சாவி அகப்படவில்லை.

"சாவி எங்கே" என்று எரிச்சலுடன் கேட்டான்?"

ஹேண்ட்பேக்கை முழுவதும் திறந்து தேடினாள். சாவியைக் காணவில்லை. சைடு ஜிப், உள்ஜிப் எனத் தேடினாள். எங்கும் சாவியில்லை.

"சாவியைக் காணோம்" என்று தயங்கியபடியே சொன்னாள்.

"இன்டர்வல்ல நீ தானே பாப்கார்ன் வாங்கினே. அப்போ ஹேண்ட் பேக்ல இருந்து தானே பணம் எடுத்துருப்பே?"

"அது சைடு ஜிப்ல பணம் வச்சிருந்தேன்" என்றாள்.

பகலின் சிறகுகள் ◆ 121

"அப்போ சாவி எங்கே?"

"தெரியலை" என்று தலைகுனிந்தபடியே சொன்னாள்."

"சினிமா தியேட்டர்ல விழுந்திருக்குமா?" என்று கோபத்துடன் கேட்டான் கார்த்திக்.

"இருக்கலாம்" என்று தலையாட்டினாள்.

"நான் போய்ப் பார்த்துட்டு வர்றேன். நீங்க வெயிட் பண்ணுங்க" என்று அவளை முறைத்தபடியே சொன்னான்.

"நீ சாவியை எடுக்கவேயில்லைம்மா. சாவி கீ ஸ்டாண்ட்ல இருந்ததைப் பார்த்தேன்" என்றாள் ப்ரியா.

"அப்பவே சொல்ல வேண்டியதுதானே" என ப்ரியாவை கோவித்தாள் சித்ரா

"நீ கிளம்பும்போது எடுத்துக்கிடுவேன்னு நினைச்சேன்" என்றாள் ப்ரியா.

"சாவியை வெளியே எடுக்காமல் கதவை பூட்டியிருக்கிறோம் என்பது சித்ராவிற்கு உறைத்தது. அந்தப் பூட்டிற்குச் சிறிய சாவி தரப்பட்டிருந்தது. அது நவீனமான பூட்டு. பழைய காலத்துச் சாவிகள் போலப் பெரியதாக இருந்தால் மறக்கவே மறக்காது. அம்மா தன் இடுப்பில் வீட்டுச்சாவியைச் சொருகியிருப்பாள். இந்தப் பூட்டுக்கு வேறு சாவி கிடையாது. கார்த்திக் இன்னொரு சாவி வைத்திருந்தான். அதை அலுவலகத்தில் தொலைத்துவிட்டான்.

"வீட்டுச்சாவி உள்ளேதான் இருக்கு" என்று மெதுவான குரலில் சொன்னாள் சித்ரா.

"இப்போ உள்ளே எப்படிப் போறது" என்று கோபமாகக் கேட்டான் கார்த்திக்.

"யாரையாவது ஹெல்ப்புக்குக் கூப்பிடுவமா?" என்று கேட்டாள் சித்ரா.

"இப்போ மணி என்ன தெரியுமா. 11.30. இந்நேரம் யாரைக் கூப்பிடுறது."

"நான் வேணும்னா... நித்துவைக் கேட்கட்டுமா" என்றாள்

"கேட்டுத்தொலை. நான் மெயின்ரோடு வரைக்கும் போயிட்டு வர்றேன்."

என்று பைக்கை கிளப்பிச் சென்றான்.

பூட்டப்பட்ட வீட்டின் முன்னால் நின்றபடியே அவளது தோழி நித்யாவிற்குப் போன் செய்தாள். அவள் பாதித் தூக்கத்தில் கண் விழித்தபடியே "என்னடி, யாருக்காது உடம்பு முடியலையா?" என்று கேட்டாள்.

"வீட்டு சாவியை உள்ளே வச்சி பூட்டிட்டேன். என்ன பண்ணுறதுனு தெரியலை"

"நீ பேசாம. இங்கே வந்துடு... காலைல பாத்துக்கிடுவோம்."

"யாராவது பூட்டு திறக்கிறவங்க கிடைப்பாங்களா"

"இந்நேரம் யார் வருவா."

"ஏதாவது போன் நம்பர் இருந்தா குடு. கேட்டுப் பாக்குறேன்."

"அதெல்லாம் வேணாம். நீங்க கிளம்பி என் வீட்டுக்கு வந்துடுங்க."

"பாக்குறேன்" என்றபடியே போனைத் துண்டித்தாள்.

வெளியே எவ்வளவு நேரம் நிற்பது. இந்த வீதியில் ஒரு வீட்டில்கூடத் திண்ணை கிடையாது. படிக்கட்டுகள் கிடையாது. இரும்பு கேட்டுகளைத் தவிர வேறு எதுவும் கண்ணில் படவில்லை. ஒரு பழைய நாற்காலியை வெளியே போட்டு வைத்திருக்கக் கூடாதா. இது போன்ற நேரத்தில் உட்காரலாமே என்று தோன்றியது.

ப்ரியா தூக்கத்தை அடக்க முடியாமல் கேட்டாள்:

"இப்போ என்னம்மா செய்றது"

அவளை எங்கே படுக்கச் சொல்வது. அந்த வீதி திடீரென அவளை அச்சுறுத்துவதாக மாறியது.

உதவிக்கு என்று யாரை அழைப்பது. யார் வந்தும் என்ன செய்து விட முடியும். பேசாமல் நித்யா வீட்டிற்குப் போய் இரவு தங்கிக் கொள்ளலாமா.

கார்த்திக் பைக்கில் திரும்பி வந்தபோது முகம் இறுகிப் போயிருந்தது.

பகலின் சிறகுகள் ❖ 123

"பூட்டு திறக்க ஒரு ஆளை வரச்சொல்லியிருக்கேன். ஆயிரம் ரூபாய் கேட்கிறான்."

அவர்கள் வீட்டின் முன்பு காத்திருந்தார்கள். வீதியின் கடைசியில் இருந்த தெருவிளக்குப் பிரகாசமாக எரிந்து கொண்டிருந்தது. என்ன செய்வது எனத் தெரியாமல் அதை நோக்கி சித்ரா நடந்தாள். படுத்துக்கிடந்த தெரு நாய் ஒன்று தலையைத் தூக்கிப் பார்த்துவிட்டு குலைக்கவில்லை.

ஐம்பது வயதுள்ள ஒரு ஆள் பைக்கில் வந்திருந்தார். அவரது பையில் நிறைய விதவிதமான சாவிக் கொத்துகள். அவர் கார்த்திக்கிடம் செல்போனிலுள்ள டார்ச்லைட்டை அடிக்கும்படி சொன்னார்.

கார்த்திக் செல்போனில் இருந்து வெளிச்சத்தைக் கதவை நோக்கித் திருப்பினான்.

மாறிமாறி சாவிகள் போட்டும் கதவைத் திறக்க முடியவில்லை.

"இது ஒரிஜினல் சாவி போட்டா மட்டும்தான் திறக்கும் சார். இந்தப் பூட்டு விலை அதிகம். கம்பெனில கேட்டாதான் டூப்ளிகேட் சாவி கிடைக்கும்."

"இப்போ என்ன செய்றது?"

"யாராவது கார்பெண்டரைக் கூப்பிட்டுப் பாருங்க. கதவை உடைச்சித் திறந்து தருவாங்க."

"இது வாடகை வீடுங்க. கதவை உடைச்சா என்ன ஆகுறது" என்றான் கார்த்திக்.

"வேற வழியில்லை சார். என்கிட்ட இருக்கிற சாவி எதுவும் செட் ஆகலை."

"உங்களை விட்டா வேற வழியில்லை. எப்படியாவது திறந்து குடுத்துருங்க."

"பாவம் உங்க வொய்ப். பொண்ணு வேற இப்படி நின்னுக்கிட்டு இருக்காங்க. நான் வீட்ல போயி வேற சாவி இருக்கானு பாத்துட்டு வர்றேன்."

"நான் கூட வரட்டுமா."

"வேணாம் சார். பொம்பளை புள்ளை தனியா இருட்டுல எப்படி இருப்பாங்க. நான் வந்துடுறேன்."

என்று அந்த ஆள் பைக்கில் கிளம்பிப் போனார். சித்ராவிற்குத் தான் ஏன் இவ்வளவு மறதியாக நடந்து கொண்டோம் என்று குற்றவுணர்வு மேலோங்கியது.

"நாம நித்துவீட்டுக்குப் போய் நைட் தங்கிக்கிடுவமா" என்று தயங்கித் தயங்கிக் கேட்டாள்.

"அந்த ஆள் வந்து பூட்டைத் திறக்க முடியலைன்னா போவோம்" என்றான் கார்த்திக்.

வீட்டுச்சாவியைத் தொலைத்துவிடுவோம் என்ற பயமில்லாத பெண் எவருமிருக்க முடியாது. யார் சாவியைத் தொலைத்துவிட்டாலும் தப்பு அவள் மேல்தான் வந்து விழும். கார்த்திக் மாலை வீட்டிற்கு வந்திருந்தால் நிச்சயம் இப்படி நடந்திருக்காது. ஆனால் அதைச் சொன்னால் கோவித்துக் கொள்வான்.

பிடிக்காத சினிமா, பிடிக்காத ஹோட்டல், இத்துடன் இப்படிச் சாவியில்லாமல் வெளியே நிற்பது என்பது அவளுக்குத் தாங்க முடியாத எரிச்சலை உருவாக்கியது. அடுக்குமாடிக் குடியிருப்பில் இப்படிப் பிரச்சனை வராது. வந்தாலும் உதவிக்கு வாட்ச்மேனைக் கூப்பிடலாம் என்று நினைத்துக் கொண்டாள்.

அவர்கள் மூவரும் வீட்டின் வெளியே நின்றிருந்தார்கள். ப்ரியா பைக்மீது சாய்ந்து நின்று கொண்டிருந்தாள். நித்யா போன் செய்து அவள் கிளம்பி வருகிறாளா என்று கேட்டாள்.

"தெரியலை. பூட்டுதிறக்கிறவர் அவர் வீட்டுக்குப் போய் வேறு சாவி கொண்டுட்டு வரப்போயிருக்கார்."

"நான் வேணும்னா கார்த்திக் கிட்ட பேசவா?"

"வேணாம். இப்போ இருக்கற கோபத்துல உன் மேல வள்ளுனு விழுவார்."

"எப்போ வேணும்னாலும் நீ கிளம்பி வந்துரு" என்றபடியே நித்யா போனைத் துண்டித்தாள்.

ஊரிலிருக்கும் அம்மாவிற்குப் போன் பண்ணிப் பேச வேண்டும் போலிருந்தது. இந்நேரம் போன் வந்தால் அம்மா பதறிவிடுவாள். அதுவும் இது போன்ற நெருக்கடி என்றால் அவளுக்கு என்ன செய்வது என்றே தெரியாது. ஆனால் அவள் தானே கார்த்திக்கைத் திருமணம் செய்து கொள்ளச் செய்தவள். அவளுக்குப் போன் செய்தால் என்ன என்று தோன்றியது.

பூட்டு திறக்கிறவர் வரவேயில்லை. கார்த்திக் அவரது போன் நம்பரைத் திரும்பத் திரும்ப அழைத்தபடியே இருந்தான். அவர் போனை எடுக்கவில்லை. இவ்வளவு பெரிய மாநகரில் உதவி செய்ய ஆளே இல்லை. அந்த வீடு திறக்கமுடியாத குகையைப் போலாகியிருந்தது. எரிச்சலில் அவனும் தெருமுனை வரை நடந்து வந்தான்.

பூட்டு திறக்கிறவர் திரும்பி வந்தபோது அவரது பைக்கில் இன்னொரு ஆளும் உடனிருந்தான். அவர்கள் ஒன்றாகப் பூட்டினைத் திறக்க முயன்றார்கள். உடன் வந்திருந்த இளைஞன் தன்னிடமிருந்த சாவியை உரசி உரசி பூட்டினுள் நுழைத்தான். கதவில் காதை வைத்து ஓசையைக் கேட்டான். நீண்ட போராட்டத்தின் பிறகு கதவு திறந்து கொண்டது.

ப்ரியா அவசரமாகப் பாத்ரூமை நோக்கி ஓடினாள். கார்த்திக் அவருக்குப் பணம்கொடுத்து விட்டு நன்றி சொன்னான்.

சித்ரா வீட்டினுள் நுழைந்தவுடன் கீ ஸ்டேண்டில் இருந்த சாவியைப் பார்த்தாள். சிறிய யானை பொம்மையுடன் அந்தச் சாவி ஆடிக் கொண்டிருந்தது. அதைக் கையில் எடுத்துக் காட்டியபோது பூட்டுத் திறப்பவர் சொன்னார்.

“மறதி யாருக்கும் வர்றதுதானம்மா. பகலா இருந்தா இவ்வளவு நேரம் வெயிட் பண்ண வேண்டியிருக்காது. உங்களுக்காக நான் சைதாப்பேட்டை வரைக்கும் போயி இவனைக் கூட்டிட்டு வந்தேன். இப்ப வர்ற பூட்டு எல்லாம் நமக்குத் தெரியாது. அதெல்லாம் இவனுக்குத் தான் அத்துபடி.”

சித்ரா அந்த இளைஞனுக்கு ஐநூறு ரூபாய் கொடுத்தாள்.

“பரவாயில்லைக்கா. சார் பணம் குடுத்துட்டார்” என்றான் இளைஞன்.

“எங்களுக்காக இந்நேரம் வந்தீங்களே அதுக்குத்தான் இந்தப் பணம்” என்றாள் சித்ரா.

“இந்த சாவியை டூப்ளிகேட்டா வச்சிக்கோங்க” என்று தான் செய்த சாவியை அவளிடமே கொடுத்தான்.

அவர்கள் கிளம்பிப் போன பிறகு கதவை மூடுவதா இல்லை அப்படியே திறந்து வைத்திருப்பதா என்று தெரியாமல் பார்த்துக் கொண்டேயிருந்தாள். அவளுக்கு அழுகை முட்டியது. ஆனால் திருமண நாளின்போது யாராவது அழுவார்களா என்று தன்னைத்தானே சமாதானம் செய்து கொண்டாள். கார்த்திக் உடை மாற்றிவிட்டுப் படுக்கைக்குப் போயிருந்தான்

திறந்துகிடந்த கதவைத் தாண்டி வீதிக்கு வந்தாள் சித்ரா. மணி இரண்டினைக் கடந்திருந்தது. இந்த நேரத்தில் ஒரு நாளும் தெருவினைக் கண்டதில்லை. அலாதியான தெருவிளக்கின் ஒளியும் அடைத்து சாத்திய வீடுகளின் அமைதியும் விரிந்த அந்தத் தெரு ஏதோ ஓவியம் ஒன்றிலிருந்து உயிர்பெற்று வந்துவிட்டது போலிருந்தது.

ஹோட்டலில் சரியாகச் சாப்பிடாமல் வந்ததால் பசி எடுப்பதாகத் தோன்றியது. பிரிஜ்ஜிலிருந்து தோசை மாவை எடுத்துத் தோசை சுட்டு சாப்பிடலாமா என்று நினைத்தாள். பின்பு தன்னைத் தானே தண்டித்துக் கொள்ளச் சாப்பிடாமல் விட வேண்டியதுதான் என்று அவளுக்குத் தோன்றியது.

அதுவரை நடந்த களேபரம் யாவையும் மறந்து அவள் கதவைப் பூட்டினாள். இன்னும் நாலு மணி நேரத்தில் மறுநாள் துவங்கிவிடும். சமைக்க வேண்டும். ப்ரியாவைப் பள்ளிக்கு அனுப்பிவிட்டு ஆபீஸிற்குக் கிளம்பி ஓட வேண்டும் என்பது ஆயாசமாக இருந்தது.

திருமண நாளும் அதுவுமாக அவர்கள் ஜோடியாகப் புத்தாடையில் ஒரு போட்டோ எடுத்துக் கொள்ளவில்லையே என்று படுக்கைக்குப் போனபோது தோன்றியது.

‘அது மட்டும்தான் குறைச்சல்’ என்று தனக்குத் தானே சொல்லிக் கொண்டாள்.

○

14

மலரை யாசித்தவன்

ஓரேயொரு வீட்டில் மட்டுமே யாசித்து வாழும் துறவி ஒருவன் இருந்தான். அவன் எந்த ஊருக்குச் சென்றாலும் ஓரில் பிச்சை மட்டுமே கேட்பான்.

ஒரு நாள் வேப்பமரங்கள் அடர்ந்த சிற்றூர் ஒன்றுக்குச் சென்றிருந்தான். அங்கே சாணமிட்டு மெழுகி தேர்க் கோலமிட்ட ஒரு வீட்டின் வாசலில் நின்று யாசகம் கேட்டான்.

வீட்டிலிருந்து பதினாறு வயதான இளம்பெண் ஒருத்தி ஈரக்கூந்தலுடன் வெளியே வந்து அவனது கப்பரையில் ஒரு நீலமலர் ஒன்றைப் போட்டுவிட்டு அவனைப் பார்த்துக் கள்ளச்சிரிப்பு செய்தாள்.

கப்பரையில் விழுந்த மலரை என்ன செய்வது.

அதுதான் அன்றைக்கான தனது உணவா என்ற குழப்பத்துடன் அவளுக்கு நன்றி சொல்லிவிட்டு ஆயிரம் கால்மண்டபம் நோக்கித் திரும்பினான்.

அந்த நீலமலரை அன்றைய நாளின் உணவாக எண்ணி உண்டுமுடித்தான். மறுநாள் அதே வீட்டிற்கு யாசகம் கேட்கச் சென்றான்.

இன்று அந்தப் பெண் சந்தனப் பொட்டு வைத்த நெற்றியோடு கூந்தலை மார்பின்மீது படரவிட்டபடியே அவனது கப்பரையில் இரண்டு சிவப்பு மலர்களை யாசித்தாள். அப்போது அவளது கண்களில் சிரிப்பு மறைந்திருந்தது.

துறவி அன்றைக்கு சிவப்பு மலர்களை உணவாக உண்டான்.

இப்படி அவன் செல்லும் ஒவ்வொரு நாளும் ஒருவகை மலரை அவனது கப்பரையில் இட்டாள் இளம்பெண்.

துறவியும் மலரை உணவாக்கிக் கொண்டான்.

பூக்களை உண்ணத் துவங்கியதும் அவனிடம் சில மாற்றங்கள் உருவாகின. அவன் தன்னை எடையற்று உணர்ந்தான். சில வேளை தனது உள்ளங்கையிலிருந்து வாசனை வருவது போல உணர்ந்தான்.

பின்பு ஒரு நாள் அவனது கப்பரை நிறைய வெள்ளை மலர்களைப் போட்டாள் அந்த இளம்பெண்.

துறவி அவனை அறியாமல் அவளை நோக்கிப் புன்னகை செய்தான்.

பின்பு அவள் ஆசையாக அளித்த வெள்ளை மலர்களை உணவாக உண்டான்.

அதன்பின்பு மலர்களை உண்ணும் வண்ணத்துப்பூச்சியைப் போல அவனும் உருமாறிப் பறந்து போனான்.

O

15
ஞாபகக் கல்

சிறிய அலுமினிய டப்பா ஒன்றினுள் ஒரு கல்லையும் மூன்று சொற்கள் கொண்ட ஒரு துண்டுச் சீட்டினையும் அம்மா விட்டுச் சென்றிருந்தாள்.

இந்தப் பெட்டி அவளது பட்டுப்புடவைகளுக்குள் மறைத்து வைக்கப்பட்டிருந்தது. அம்மா இறந்தபிறகு அவளது பொருட்களை அப்படியே பீரோவில் வைத்துப் பூட்டி அதன் சாவியை அப்பா வைத்திருந்தார். அதை நாங்கள் திறக்கவேயில்லை.

கோடை விடுறைக்கு அமெரிக்காவிலிருந்து லீலா தனது பிள்ளைகளுடன் வந்திருந்த நாளில் அவள் தான் அப்பாவிடம் கேட்டு பீரோ சாவியை வாங்கினாள்.

ஒருவேளை அம்மாவின் புடவைகளை எடுத்துக் கொள்வதற்காகக் கேட்டிருக்கக் கூடும். எலுமிச்சை நிறப் பட்டுப்புடவை ஒன்றினுள் வைக்கப்பட்டிருந்த இந்தப் பெட்டியை அவள்தான் கண்டறிந்தாள். பெட்டியைத் திறந்து பார்த்துவிட்டு வியப்புடன் என்னிடம் சொன்னாள்.

"ரகு... அம்மா எதையோ எழுதி வச்சிருக்கா பாரேன்."

நான் அந்த அலுமினிய டப்பாவைக் கையில் வாங்கித் திறந்தேன். உள்ளங்கையில் வைத்துக் கொள்வது போன்ற ஒரு கருங்கல். அத்தோடு ஒரு துண்டுச் சீட்டு.

அந்தத் துண்டுச் சீட்டில் நான் ஒரு விஞ்ஞானி என்று எழுதப்பட்டிருந்தது.

பெட்டியின் மேலே மிதக்கும் கல் என்று ஸ்கெட்ச் பேனாவால் எழுதியிருந்தாள்.

நான் அந்தக் கல்லை எடுத்து மேல்நோக்கி எறிந்தேன். அது காகிதக் கொக்கு காற்றில் பறப்பது போல மிதந்து கொண்டிருந்தது.

“லீலா இதைப் பாரேன்” என்று உரத்துச் சப்தமிட்டேன்.

லீலாவால் நம்பமுடியவில்லை.

உயரமான கிளையிலுள்ள மலரைத் தாவி பறிப்பது போல அந்தக் கல்லைத் தனது கைவசமாக்கிய லீலா சொன்னாள்:

“மிராக்கிள். எப்படி இந்தக் கல் காற்றில் மிதக்குது!”

“அம்மாவைத்தான் கேட்கணும்” என்றபடி “பீரோவுள்ளே வேற ஏதாவது டயரி இருக்கா பாரு” என்றேன்.

அம்மாவின் பீரோவிற்குள்ளிருந்து லீலா ஒரு கணக்கு நோட்டு ஒன்றைக் கொண்டு வந்து கொடுத்தாள். இது லீலா ஏழாம் வகுப்பு படிக்கும்போது பயன்படுத்திய பழைய நோட்டு. பின்பக்கமிருந்த வெள்ளை பேப்பர்களில் அம்மா எதையோ கிறுக்கி வைத்திருக்கிறாள்.

வேகவேகமாக அதைப் புரட்டிய லீலா சொன்னாள்:

“எனக்கு ஒண்ணுமே புரியலை. நீயே படிச்சிப் பாரு.”

சிறுநீரகச் செயலிழப்புக் காரணமாக அம்மா தனது நாற்பத்தி ரெண்டாம் வயதில் இறந்து போனபோது நான் ஆறாம் வகுப்புப் படித்துக் கொண்டிருந்தேன். லீலா பத்தாம் வகுப்பில் இருந்தாள். அம்மா நீண்டகாலம் மருத்துமவனையிலே இருந்தாள். நிறைய முறை நாங்கள் மருத்துவமனைக்குச் சென்று அவளைப் பார்த்திருக்கிறோம். இரண்டு முறை நலமடைந்து வீடு திரும்பியிருக்கிறாள். அப்போதும் வெளிறிப்போன அவளது முகத்தில் வேதனை உறைந்து போயிருந்தது. திடீரென ஒரு நாள் இரவு அம்மா மயங்கி விழுந்தாள். மருத்துமவனையில் சேர்த்தபோது நினைவை இழந்திருந்தாள். பின்பு அவள் நினைவு கொள்ளவேயில்லை. எல்லோரையும் மறந்த நிலையிலே இறந்து போய்விடுவது எவ்வளவு துயரமானது.

•••

“நான் ஒரு விஞ்ஞானி” என்ற அம்மாவின் மூன்று சொற்கள் என்னைக் குற்றவுணர்வு கொள்ளச் செய்தன.

அம்மாவின் இந்த அடையாளத்தைப் பற்றி அவள் உயிரோடு இருந்தவரை நாங்கள் அறிந்திருக்கவில்லை.

சில நாட்கள் அம்மா என் அக்கா லீலாவின் ரெக்கார்ட் நோட்டுகளுக்குப் படம் வரைந்து கொடுத்திருக்கிறாள். சில கணித சூத்திரங்களை விளக்கி சொல்லிக் கொடுத்திருக்கிறாள் என்பதைத் தாண்டி அவளது அறிவியல் ஆர்வம் பற்றி எங்களுக்குத் தெரியவில்லை.

அதற்குக் காரணம் அப்பா. அவருக்கு அம்மா எப்போதும் சமையல்கட்டிலே இருக்க வேண்டும். சில வேளைகளில் அவள் தோட்டத்து செடிகளின் இலைகளைச் சீராக்கிக் கொண்டிருக்கும்போது வெளியே என்ன செய்றே என்று அப்பா கோபமாகக் கத்துவதைக் கேட்டிருக்கிறேன். அப்பா வீட்டில் இருக்கும்வரை அம்மா சமையலறையில்தானிருந்தாள். அதைப்பற்றி எதுவும் குறை சொன்னதாக நினைவில்லை. வீட்டிலிருக்கும் நேரத்தில் அப்பா நாலைந்து முறை தேநீர் அருந்துவது வழக்கம். அதற்காகக் கெட்டிலில் எப்போதும் தண்ணீர் கொதித்துக் கொண்டிருக்கும்.

அப்பா ராபின்சன் எஸ்டேட்டில் மேலாளராக வேலை செய்து வந்தார். எஸ்டேட் குடியிருப்புகளில் ஒன்றில் நாங்கள் குடியிருந்தோம். அது மூன்று அறைகள் கொண்ட வீடு. வீட்டின் பின்புறம் நிறைய இடமிருந்தது. அதில் அம்மா தோட்டம் அமைத்திருந்தாள். நாங்கள் பள்ளிக்கும் அப்பா எஸ்டேட் அலுவலகத்திற்கும் சென்றபிறகு அம்மா வீட்டில் என்ன செய்தாள் என்று எங்களுக்குத் தெரியாது.

அம்மாவிற்குத் தோழிகள் எவருமில்லை. பக்கத்துக் குடியிருப்பிலிருந்த மேரி என்ற மலையாளப் பெண்ணுடன் மார்க்கெட் போய் வருவாள். வீட்டிலிருக்கும்போது ரேடியோ கேட்கும் பழக்கம்கூட அம்மாவிடம் கிடையாது. அவளது பகல்பொழுதைப் பற்றி இப்போது நானாகக் கற்பனை செய்து கொள்கிறேன்.

எஸ்டேட்டிற்குள் விநோதமான ஓசையொன்று எப்போதும் இருந்து கொண்டிருக்கும். காற்றால் உருவான இலைகளின் ஓசை திடீரென அதிகமாகவும் திடீரென உறைந்து போவதுமாக இருக்கம். தூரத்தில் ஒலிக்கும் பறவைகளின் குரல். ஜீப் செல்லும் சப்தம். ஜன்னல் வழியே தெரியும் கடந்து செல்லும் மேகங்கள். சோம்பலுற்ற நாய்களின்

நடமாட்டம். அணைக்காமல் விட்டுப் போன தாமோதரன் மாஸ்டர் வீட்டின் முகப்பு விளக்கு. ஜீப்பின் அவசர வேகத்தால் பாதி நசுங்கி வளராமல் போன செடிகள். யாரோ வீசி எறிந்துபோன காலி மதுப்போத்தல்கள். ஆரஞ்சு வண்ண ஸ்வெட்டர் அணிந்து சைக்கிளில் வரும் தபால்காரன், பீடி புகைத்தபடியே நடந்து செல்லும் இரவுக்காவலாளி. வீட்டுவாசலில் உள்ள கல்லில் ஓங்கியோங்கித் துணியை அடித்துத் துவைக்கும் லிசியின் கலைந்த கூந்தல். வெயிலைக் கொத்தி அலையும் கோழிகள் என எஸ்டேட்டின் பகல் விநோதமானது.

மலர்களைத் தனக்கு விருப்பமான முறையில் கோர்த்துக் கொள்வதைப் போல அம்மா தனக்காகப் பகலைத் தானே உருவாக்கிக் கொண்டிருக்கிறாள். லீலாவின் பழைய கணக்கு நோட்டு ஒன்றில் அம்மா குறிப்புகள் போல எழுதியிருக்கிறாள். அந்தக் குறிப்புகளில் அவளது பரிசோதனைகளைப் பற்றித் தெரிந்துகொள்ள முடிகிறது. எப்படி அவளுக்கு அறிவியலில் ஆர்வம் வந்தது என்றோ, எந்தக் கல்லூரியில் அம்மா படித்தாள் என்றோ தெரியவில்லை. அம்மா இருந்தவரை அதைப் பற்றி நாங்கள் பேசிக் கொள்ளவில்லை. அப்பாவிடம் இதைப் பற்றிக் கேட்கும்போதும்கூட அவர் தெளிவற்ற பதிலைத்தான் சொல்லயிருக்கிறார். ஒருவேளை அவருக்கும் தெரியாமலிருக்கக் கூடும் அல்லது அம்மா அதை மறைத்துச் சொல்லியிருக்கலாம்.

புதிர்கட்டங்களை ஒன்று சேர்ப்பது போலக் கணக்கு நோட்டிலிருந்த குறிப்புகளைக் கத்தரித்துத் தனியே ஒட்டி அம்மா என்னதான் செய்து கொண்டிருந்தாள் என்பதைக் கண்டறிய முயற்சித்தேன்.

இவை அம்மாவின் குறிப்புகள்

நவம்பர் 7 - திங்கள்கிழமை

ஒரு கல்லை மிதக்க வைப்பது எளிதானதில்லை. இன்று அதற்கான பரிசோதனைகளைச் செய்து பார்த்தேன். கல் பிடிவாதமானது. அதை எளிதில் கையாள முடியாது. சில வேளைகளில் நான்தான் கல்லாகவும் இருக்கிறேன் என்பது போலவே உணருகிறேன்.

இன்னொரு குறிப்பு இப்படித் துவங்குகிறது.

அக்டோபர் 12 - புதன்கிழமை

நீண்டகாலமாகத் தொடரும் மௌனம்தான் கல்லாகி விடுகிறது. கல்லை விழிப்படையச் செய்வதற்காகத் தினமும் அதனுடன் பேசுகிறேன். கல் எடையற்றது என அதை நம்பச் செய்ய வேண்டும். நான் ஒரு அப்பாவி என்று நம்பவில்லையா, அது போல.

இன்றைக்கு சேவியர் வாங்கிக் கொடுத்த கெமிக்கல்களைக் கலந்தபோது ஒரு துளி வலதுகை பெருவிரல் நகத்தில் பட்டுச் சிவப்பாகிவிட்டது. நிச்சயம் அவர் அதைக் கவனிக்கக் கூடும். சிவப்பு வண்ணமுள்ள நகம் எனக்குப் பிடித்திருக்கிறது. ஆனால் அவரது கோபத்திற்குப் பயந்து எல்லா விரல்களுக்கும் மருதாணி வைத்துக் கொள்ளப்போகிறேன்.

நவம்பர் 5 - சனிக்கிழமை

இன்றைக்குக் கல் மேஜையிலிருந்து பறப்பது போல அரையடி உயரம் மேலே சென்றது. சந்தோஷமாக உணருகிறேன். லீலா நடக்கத் துவங்கிய முதல்நாள் இப்படித் தான் உணர்ந்தேன். இந்தக் கல்லும் எனது மகள்தான்.

சோர்வாக இருக்கிறது. இதை ஏன் செய்கிறேன் என்று ஆத்திரமாகவும் இருக்கிறது. என்னை நான் வெறுக்கிறேன்.

நவம்பர் 6 - ஞாயிற்றுகிழமை

இன்று காலையிலிருந்து எதற்காகவோ ஏரிக்குப் போய் வர வேண்டும் என்று தோன்றியபடியே இருந்தது. நோயாளி சிறுவனைப் போல ஏரி மிகத் தாமதமாகவே விழித்துக் கொள்கிறது. நான் ஏரியின் கரையில் நின்றபடியே மீன்கொத்தி ஒன்றைப் பார்த்தேன். அது எனக்கு வணக்கம் வைப்பது போலப் பறந்து போனது. ஏரியின் கரையில் கிடந்த கல் ஒன்றை வீட்டிற்கு எடுத்து வந்தேன். இதற்காகத்தான் ஏரிக்கு வந்தேனோ என்னவோ.

நான் ஒரு கனவு கண்டேன். அதைச் சொல்வதற்கு முடிய வில்லை. ஆனால் அதை மறக்க விரும்புகிறேன். விரும்பாத கனவுகள் ஏன் பின்தொடர்கின்றன.

ஜனவரி 1 - இரவு 10.30

கல்லிற்கு ஞாபகம் கிடையாது. ஒவ்வொரு கல்லும் ஒரு மலரே.

இன்றைக்குக் கல் மிதக்கத் துவங்கியது. லீலாவைக் கருக் கொண்ட நாளில் இது போன்ற சந்தோஷத்தைத் தான் உணர்ந்தேன்.

சமையலறைக்குள் கல்லை மிதக்க விட்டேன். அது சிறகில்லாத பறவையைப் போல அந்தரத்தில் மிதந்து கொண்டிருக்கிறது.

ஜனவரி 3 - திங்கள்கிழமை

இன்றைக்குத் தோட்டத்திலிருந்தபடி கல்லை வானை நோக்கி எறிந்தேன். அது தரைக்கு வர விருப்பமில்லாமல் வானில் சுழன்று கொண்டிருந்தது. வியப்புடன் அதை ஒரு வண்ணத்துப்பூச்சி கடந்து போனதைக் கண்டேன். கல்லிற்கு நான் விடுதலையை வழங்கியிருக்கிறேன்.

மார்ச் 11 - வெள்ளிக்கிழமை

என்னை நானே ஏமாற்றிக் கொண்டிருக்கிறேன். அவ்வளவுதான்.

நான் ஒரு சிலந்தி. என்னைச் சுற்றி நானே வலை பின்னிக் கொள்கிறேன்.

எல்லாக் கற்களையும் மிதக்க வைக்க முடியாது என்பதைக் கண்டுகொண்டேன். வயதான மனிதர்களைப் போலக் கற்களும் இளமையைத் தொலைத்து விடுகின்றன.

ஏப்ரல் 2 - சனிக்கிழமை

பரிசோதனை வெற்றி. ஒரே நேரத்தில் ஆறேழு கற்கள் என்னைச் சுற்றி மிதந்து கொண்டிருந்தன. விஞ்ஞானம் எவ்வளவு ஆச்சரியமானது.

ஏப்ரல் 8 - வியாழக்கிழமை

கடந்து போன கிணற்றின் சுவரில் ஒரு செடி முளைத்து வளர்ந்திருப்பதைக் கண்டேன். அது நான்தான் என உணர்ந்தேன்.

நான் ஒரு விஞ்ஞானி. எனக்கு நானே பலமுறை சொல்லிக் கொண்டேன்.

...

அம்மா எதற்காகத் தனது பரிசோதனைகளை நிறுத்திக் கொண்டாள் என்று தெரியவில்லை. ஏன் அவற்றைச் செய்து பார்த்தாள் என்றும் தெரியவில்லை. ஒருவேளை அம்மா பகல்வேளையில் வேறு எங்காவது போயிருக்கக் கூடுமோ என்று தெரியவில்லை.

...

அப்பா சொன்னார்:

"எஸ்டேட் நூலகத்தில் வைத்து அவளை நாலைந்து முறை மனோஜ் பார்த்திருக்கிறான். ஒருமுறை அவள் வின்சென்ட் பாதிரியோடு பேசிக் கொண்டு நடந்து போவதை நானே கண்டிருக்கிறேன். சில விஷயங்களைக் கேட்காமல் விட்டுவிடுவது நல்லது என்பதே எனது அனுபவம். அவள் எதையோ ரகசியமாகச் செய்து கொண்டிருந்தாள் என்பது மட்டும் நிஜம்."

"அம்மா ஒரு கல்லை மிதக்க வைத்திருக்கிறாள்" என்றேன்.

"வீண்வேலை" என்றார் அப்பா.

"அவள் எதையோ பரிசோதனைகள் செய்து பார்த்திருக்கிறாள்."

"இப்படிக் கிறுக்குத்தனமாக எதையாவது செய்வாள் என்று எனக்குத் தெரியும். கல்யாணத்திற்கு முன்பு அவள் ஒரு போட்டோ ஸ்டுடியோவில் வேலை செய்திருக்கிறாள்."

"எந்த ஸ்டுடியோ?"

அப்பா பதில் சொல்லவில்லை.

ஆனால் மூன்று நாட்களின் பின்பு நான் வின்சென்ட் பாதிரியைப் பார்த்தபோது அவர் சொன்னார்:

"உனது அம்மா பத்மலட்சுமி பெரிய அறிவாளி. அவளை அமெரிக்கா அனுப்பிப் படிக்க வைத்திருந்தால் பெரிய சயின்டிஸ்ட் ஆகியிருப்பாள். விஞ்ஞானத்தில் அவ்வளவு ஆர்வம்."

"உங்களுடன் அம்மா என்ன பேசுவார்?"

"இந்தப் பிரபஞ்சத்திலுள்ள எல்லாவற்றைப் பற்றியும் உன் அம்மாவிற்குச் சொல்வதற்கு விஷயங்கள் இருந்தன. நிறைய

ஆச்சரியங்கள். நிறையக் குழப்பங்கள். அதைப்பற்றித்தான் பேசிக் கொண்டோம்."

"அம்மா விஞ்ஞானப் பரிசோதனைகள் செய்திருக்கிறாரா?"

"எங்கள் மெழுகுவர்த்தித் தயாரிக்கும் தொழிற்சாலைக்குள் தான் அவள் எதையோ பரிசோதனை செய்து கொண்டிருந்தாள். அதைப்பற்றி என்னிடம் எதுவும் சொன்னதில்லை."

"தினமும் அங்கே வருவாரா?"

"நினைத்தபோது வருவாள். அவள் என்ன செய்து கொண்டிருந்தாள் என்பது கடவுளுக்கு மட்டுமே தெரியும். ஆனால் இங்கே வரும்போது அவள் சந்தோஷமாக இருந்தாள்."

"அந்த அறையை நான் பார்க்க முடியுமா?"

"கேம்ப் ஆபீஸ் பின்பக்கம் இருக்கிறது. நீயே போய்ப் பார்க்கலாம்."

...

அம்மா தனது பரிசோதனைகளைச் செய்து பார்த்த அறை மிகச்சிறியதாக இருந்தது. அறையில் ஒரு முக்காலியும் மரமேஜையும் இருந்தது. நீல நிற அங்கி ஒன்று ஆணியில் தொங்கிக் கொண்டிருந்தது. சுவரில் ஒரு இயேசுவின் படம். பாதி எரிந்த மெழுகுவர்த்தி. ஒரு பக்க கதவு உடைந்த மர அலமாரி. அதற்குள் நிறையக் கெமிக்கல்கள். சிறிய தராசு. கண்ணாடிக் குடுவைகள். உபகரணங்கள். மூத்திரவாடை போன்ற மணம்.

அந்த அறைக்குள் அம்மா நிற்பதைக் கற்பனை செய்து கொண்டேன்.

அது நான் அறிந்த அம்மாயில்லை. அவள் ஒரு சயின்டிஸ்ட். அவளை எனக்குத் தெரியாது.

சில நாட்களுக்குப் பிறகு நான் அம்மா வேலை செய்த ஸ்டுடியோ மேகவட்டம் என்ற ஊரில் இருப்பதைப் பற்றி அறிந்து கொண்டேன். செல்வம் மாமாவிற்கு அதைப்பற்றித் தெரிந்திருந்தது.

பகலின் சிறகுகள் ◊ 137

மேகவட்டம் சிறியதொரு மலைக்கிராமம். அங்கே ரவுண்டானவை ஒட்டியிருந்த சலூன் கடை மாடியில் அந்த ஸ்டுடியோ இருந்தது. இப்போது அந்த ஸ்டுடியோவை யாரோ நடத்தி வந்தார்கள். அவர்களுக்கு அம்மாவைப் பற்றி எதுவும் தெரியவில்லை.

ஆனால் தாஸப்பன் நடத்தியபோது அவள் வேலை செய்து கொண்டிருக்கக் கூடும் என்றார்கள். தாஸப்பனின் வீட்டைத் தேடி அலைந்து சென்றபோது அவரது மகன் சொன்னார்:

"எங்க அப்பா 1983இல் ஸ்டுடியோ ஆரம்பிச்சார். அப்போ எனக்கு ஆறு வயது. அப்போ உங்க அம்மாவை பார்த்து இருக்கேன். பத்மலட்சுமிதானே பேரு... நான் லட்சுமியக்கானு கூப்பிடுவேன். நல்லா போட்டோ எடுப்பாங்க. ஸ்கூல் பசங்களைப் போட்டோ எடுக்க அவங்ககூடச் சைக்கிள்ல போயிருக்கேன். என்னைக் கூட நிறையப் போட்டோ எடுத்துருக்காங்க."

அம்மா ஒரு போட்டோகிராபரா என வியப்புடன் யோசித்தேன். தாஸப்பனின் மகன் பழைய போட்டோ ஒன்றை எடுத்துக் கொண்டு வந்து காட்டினான். இரண்டு சிறுவர்கள் சைக்கிள் ஒன்றை வைத்தபடியே நின்றிருந்தார்கள்.

"இது நானும் நாராயணனும். அவன் இப்போ நார்வேல இருக்கான். அப்போ நான் எவ்வளவு அழகா இருந்திருக்கிறேன்" என ஏக்கத்துடன் சொன்னான்.

மிகவும் அழகாக எடுக்கபட்ட புகைப்படம். சைக்கிளின் நிழல் அத்தனை அழகாகப் பதிவு செய்யப்பட்டிருந்தது. அதைப் பார்க்கப் பார்க்க அம்மாவின் திறமை வியப்பூட்டியது.

அவள் எங்களுடன் இருந்த நாட்கள் அவளது ஒரு பக்கம்தான் போலும். தனது சிறகை உதிர்த்துவிட்டுச் செல்லும் பறவையைப் போல அவள் கடந்தகாலத்தை உதறி முன்னோக்கிப் போயிருந்திருக்கிறாள்.

நாங்கள் அறிந்த அம்மாவிற்கும் நாங்கள் அறியாத பத்மலட்சுமிக்கும் இடையில்தான் எவ்வளவு இடைவெளி.

காலம் ஏன் பத்மலட்சுமியை வெறும் அம்மாவாக மட்டும் மாற்றியது.

•••

அப்பாவை விடவும் அம்மாவோடு நான் நெருக்கமாக யிருந்தேன். அப்பாவிடம் ஏதாவது சொல்ல வேண்டும் என்றால்கூட அம்மாவிடம்தான் சொல்வேன். அம்மாவும் லீலாவும் அவ்வளவு நெருக்கமாக இருப்பார்கள். லீலாவைப் பார்த்தால் அம்மாவின் முகச்சாயல் அப்படியே இருக்கும். அம்மாவின் நடமாடும் நிழல்தான் லீலா.

அம்மாவோடு அவ்வளவு நெருக்கமாக இருந்தும் அவளது கனவுகளை நான் அறிந்திருக்கவேயில்லை. அவளது வேர்கள் ரகசியமாக இயங்கிக் கொண்டேயிருந்திருக்கின்றன.

அம்மாவின் மிதக்கும் கல்லை அலுமினியப் பெட்டியில் வைத்து என்னுடனே வைத்துக் கொண்டேன்.

அந்தக் கல்லை என்ன செய்வது? பொருட்களின் மீது நினைவு படிந்துவிடும்போது அதன் மதிப்பு மாறிவிடுகிறது. அம்மாவின் இந்தக் கல் பேரதிசயமாக எனக்குத் தோன்றியது.

தனது ரகசியங்களை இந்தக் கல்லில் மறைத்துவிட்டுப் போயிருக்கிறாள் அம்மா. நாம் ஒவ்வொருவரும் நமக்கென ஒரு ரகசிய உலகைக் கொண்டிருக்கிறோம். அதற்குள் சஞ் சரிக்கிறோம். அந்த உலகை இன்னொருவர் புரிந்து கொள்ள முடியாது.

பறக்கும் கல்லை விடவும் அம்மாதான் விநோதமாக இருந்தாள். உலகின் ரகசியங்களை அறிந்துகொள்ளும் நாம் உடனிருப்பவர்களின் ரகசியங்களை அறிந்து கொள்வதில்லை.

சில நாட்கள் இரவில் அந்தக் கல்லை வெளியே எடுத்து மிதக்கவிட்டுப் பார்ப்பேன். அந்தக் கல் மிதக்கும் போது நானும் மிதப்பது போலவே இருக்கும். இதைத் தான் அம்மாவும் உணர்ந்திருப்பாளோ.

வீட்டின் கூரையைப் போல எங்களைப் பாதுகாப்பாகத் தாங்கிக் கொண்டிருந்த அம்மா தனக்குள் விரிந்த ஆகாசம் போல மர்மமாகவும் விசித்திரங்களை ஒளித்துக் கொண்டது மாக வாழ்ந்திருக்கிறாள்.

அந்தக் கல் எனது சலிப்பூட்டும் அன்றாட வாழ்க்கையைக் கேலி செய்கிறது. மிகவும் குற்றவுணர்வு கொள்ளச் செய்கிறது. அதனாலே அதைப் பெட்டியில் பூட்டி வைத்துக் கொள்கிறேன்.

மறந்துவிட்டவன் போலப் பொய்யாக நடித்துக் கொண்டிருக்கிறேன்.

அம்மாவின் கல்லிற்கு ஒரு பெயர் வைக்கவேண்டும் என்று விரும்பினேன். அந்தப் பெயரை உலகம் அறியாமல் எனக்குள்ளாக வைத்துக் கொள்ளவேண்டும் என்று ஏனோ தோன்றியது.

O

தேசாந்திரி பதிப்பகம்

உபபாண்டவம்	ரூ.375
நெடுங்குருதி	525
யாமம்	400
துயில்	525
சஞ்சாரம்	340
இடக்கை	375
பதின்	235
கடவுளின் நாக்கு	350
உலக இலக்கியப் பேருரைகள்	325
எழுத்தே வாழ்க்கை	175
பதினெட்டாம் நூற்றாண்டின் மழை	230
தாவரங்களின் உரையாடல்	150
வெயிலைக் கொண்டு வாருங்கள்	140
விழித்திருப்பவனின் இரவு	225
காற்றில் யாரோ நடக்கிறார்கள்	325
கோடுகள் இல்லாத வரைபடம்	75
மலைகள் சப்தமிடுவதில்லை	250
வாசகபர்வம்	210
காண் என்றது இயற்கை	115
செகாவின் மீது பனி பெய்கிறது	150
கூழாங்கற்கள் பாடுகின்றன	75
எனதருமை டால்ஸ்டாய்	100

ரயிலேறிய கிராமம்	150
உலகை வாசிப்போம்	200
நாவலெனும் சிம்பொனி	140
இலக்கற்ற பயணி	175
செகாவ் வாழ்கிறார்	150
தனிமையின் வீட்டிற்கு நூறு ஜன்னல்கள்	150
காட்சிகளுக்கு அப்பால்	75
கால் முளைத்த கதைகள்	100
எலியின் பாஸ்வேர்டு	35
சிரிக்கும் வகுப்பறை	110
விலங்குகள் பொய் சொல்வதில்லை	225
கதாவிலாசம்	380
தேசாந்திரி	275
துணையெழுத்து	350
எனது இந்தியா	650
மறைக்கபட்ட இந்தியா	375
நிமித்தம்	450
நம் காலத்து நாவல்கள்	350
எஸ்.ராமகிருஷ்ணன் நேர்காணல்கள்	250
நகுலன் வீட்டில் யாருமில்லை	150
புத்தனாவது சுலபம்	200
காந்தியோடு பேசுவேன்	175
உறுபசி	175
ஆதலினால்	175
சிறிது வெளிச்சம்	450
இந்தியவானம்	240
வீடில்லா புத்தகங்கள்	250
நூறு சிறந்த சிறுகதைகள்	1000

அப்போதும் கடல் பார்த்துக்கொண்டிருந்தது	125
சைக்கிள் கமலத்தின் தங்கை	450
ஏழு தலைநகரம்	200
அயல் சினிமா	150
ஆயிரம் வண்ணங்கள்	140

எஸ்.ராமகிருஷ்ணன் கதைகள்

வாக்கியங்களின் சாலை
சித்திரங்களின் விசித்திரங்கள்
வெளியில் ஒருவன்
காட்டின் உருவம்
பால்ய நதி
மழைமான்
நீரிலும் நடக்கலாம்

குறத்திமுடுக்கின் கனவுகள்
குதிரைகள் பேச மறுக்கின்றன

கலிலியோ மண்டியிடவில்லை
சாப்ளினுடன் பேசுங்கள்
பிகாசோவின் கோடுகள்
பதேர் பாஞ்சாலி நிதர்சனத்தின் பதிவுகள்

உலக சினிமா
பேசத்தெரிந்த நிழல்கள்
இருள் இனிது ஒளி இனிது
பறவைக் கோணம்
சாமுராய்கள் காத்திருக்கிறார்கள்
கிறுகிறு வானம்
அக்கடா
குற்றத்தின் கண்கள்
என்றார் போர்ஹே